मेळा

दासू वैद्य यांचा 'मेळा' हा ललित लेखसंग्रह. या ललित लेखसंग्रहात अनेक वैविध्यपूर्ण विषयांवर दासू वैद्य यांनी मुक्त चिंतन केले असून ते शब्दांच्या मितव्ययामुळे गद्य आणि कविता यांची सीमारेषा पुसट करणारे आहे. कधी व्यक्तिगत अनुभव तर कधी सार्वत्रिक अनुभव तर एकाद्या भावलेल्या तत्त्वचिंतकाचे जगणे शब्दात पकडण्याचा आटोकाट केलेला प्रयत्न 'मेळा' या संग्रहात केलेला आहे. दासू वैद्य यांची चौफेर निरीक्षणशक्ती, बहुश्रुतता आणि व्यासंग यांचा प्रत्यय 'मेळा' या ग्रंथातील सर्वच लेख देतात. कवी गद्यात उतरतो तेव्हा गद्यालाही कसे कवितेच्या पलीकडे नेऊन पोहोचवतो याचे उत्तम उदाहरण म्हणून दासू वैद्य यांच्या या ग्रंथाचे महत्त्व अधोरेखित करावे लागेल. कवीजवळ असणाऱ्या चिंतनक्षमतेचे अपरंपार दर्शन या प्रत्येक लेखातून जसे घडते तसेच ललित लेख लिहिणाऱ्याजवळ कवीहृदय कसे असावे लागते याची साक्षही हे लेख देतात. मराठी गद्यात ललित लेख लेखनाचा क्षीण होत चाललेला प्रवाह सक्षम करण्याचा दासू वैद्य यांचा हा अनोखा प्रयत्न आहे. गाव, रस्ते, शहर, महानगर, सिमेंटचे जंगल, माणसांचे जंगल आणि प्रत्यक्ष पूर्वापार चालत आलेले पशूपक्षी, वनस्पती, प्राणी यांचे जंगल या सर्वात घडणाऱ्या उलथापालथीचा 'मेळा' या ग्रंथात तपशीलासह शब्दबद्ध झालेला आहे. म्हणूनच हा मराठीतील महत्त्वाचा ललित गद्य ग्रंथ आहे. काव्यात्मता, शब्द व तपशीलांची योग्य निवड, लयीची अभिजात पेरणी आणि या सर्वांसाठी बांधलेला आटीव रूपबंध यामुळे हे सर्व लेखन मराठी साहित्यात महत्त्वाची भर घालते.

– राजन गवस

दासू वैद्य यांची प्रकाशित पुस्तके

कवितासंग्रह

तूर्तास (२००३)

तत्पूर्वी (२०१४)

बालकविता

'क' कवितेचा (२००९)

चष्मेवाली (२०२२)

झुळझुळ झरा (२०२२)

गोलमगोल (२०२२)

बालकुमार वाङ्मय

भुर्र (२००६)

ललित लेख

आजूबाजूला (२०१०)

मेळा (२०१९)

पॉप्युलर प्रकाशन, मुंबई

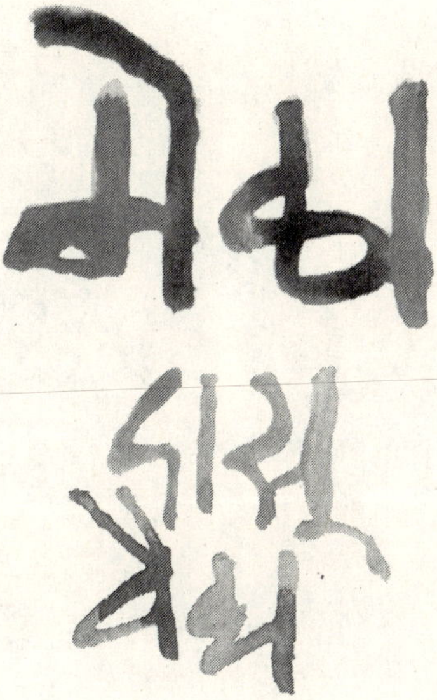

मेळा
(म - १२९०)
पॉप्युलर प्रकाशन
ISBN 978-81-7991-968-2

MELA
(Marathi : Literary Essay)
Dasoo Vaidya

पहिली आवृत्ती : २०१९ / १९४१
दुसरे पुनर्मुद्रण : २०२४/१९४५

मुखपृष्ठ आणि मांडणी : सुभाष अवचट

प्रकाशक
अस्मिता मोहिते
पॉप्युलर प्रकाशन प्रा.लि.
३०१, महालक्ष्मी चेंबर्स
२२, भुलाभाई देसाई रोड
मुंबई ४०००२६

अक्षरजुळणी
नयन बाराहाते
नांदेड

पूर्वप्रसिद्धी
अनुभव मासिक
महाराष्ट्र टाइम्स
आणि लोकसत्ता

मुद्रक
ट्रिनिटी अकॅडमी फॉर कॉर्पोरेट ट्रेनिंग लि.
पुणे

आई–बाबा,
दररोज संध्याकाळी कंदिलाची
काच पुसण्याचा तुमचा अट्टहास
आज अधिक उमगलाय
तुम्ही निघून गेल्यावर...

ऋण

महेश एलकुंचवार

गिरीश कुबेर

आनंद अवधानी

रवींद्र पाथरे

मुकुंद कुळे

गळा दाबल्याने
गाणे अडते का ?
वाढलेल्या काजळीने
ज्योत विझते का ?

अनुक्रम

रंग

विद्यापीठाचं रिसर्च हॉस्टेल. १९९२-९३ चा काळ. विज्ञान शाखेतले संशोधक संख्येने जास्त. त्यात भाषा, सामाजिक शास्त्रातील आम्ही काही बोटावर मोजण्याएवढेच. पण सगळे मिळूनमिसळून. पेपरवाचन, टीव्ही, गप्पांचं गुऱ्हाळ, बऱ्याचदा जेवण सारं काही एकत्र. हॉस्टेलची प्रत्येक खोली म्हणजे एक स्वतंत्र प्रकरण. इथिओपियाचा रझ्झाक, सोमालियाचा पॅट्रिक, केरळचा थॉमस, वारकरी असणारा गात, अबोल राहणारा खामकर, जाता-येता सगळ्यांना हटकणारा शिंदे, अंघोळीच्या वेळी अंगाला साबण लावून कॉरिडॉरमध्ये फिरणारा रफिक, प्रत्येकाच्या कानाशी हितगूज करणारा देशपांडे, निवांत असणारा मुंढे, प्राण्यांच्या आवाजाची हुबेहूब नक्कल करणारा अनिल, विद्यापीठाच्या युवा राजकारणात व्यस्त असणारे किरण व आण्णा, हळूच गादीखालच्या कविता काढून वाचून दाखवणारा कांबळे – असे कितीतरी. या सर्वांत वेगळा होता तो केरळचा श्रीनिवासन. बॉटनीमध्ये संशोधन करायचा. तोडकीमोडकी हिंदी. इंग्रजी मात्र मधाळ बोलायचा. सदान्‌कदा गडबडीत असायचा. हॉस्टेलसमोरच्या मैदानात सकाळ-संध्याकाळ आमच्या गप्पा रंगायच्या. श्रीनिवासन 'येस... येस' करीत यायचा. थोडसं थांबल्यासारखं करून मोठ्या अदबीने परवानगी घ्यायचा, 'शाल आय मूव्ह ?' आणि लॅबमध्ये निघूनही जायचा.

श्रीनिवासन दिसायचा हिंदी मालिकेतल्या पात्रासारखा. केव्हाही टापटीप. शर्टची बटणं गळ्यापर्यंत लावलेली. विस्कटलेले केस नाहीत की चुरगळलेले कपडे नाहीत. केसांचा देवानंदसारखा फुगा. पुराणातल्या देवांना दाढी-मिश्या नसतात तशी सदोदित क्लीन शेव्ह, इस्त्री केलेले सोबर रंगाचे कपडे. नेहमी इन् शर्ट. पायात चकाकणारे काळे बूट. भित्रेपणा वाटावा अशी विनयशीलता. त्यामुळे श्रीनिवासन खूपदा थट्टेचा विषय व्हायचा.

बऱ्याचदा संध्याकाळी विद्यापीठ गेटजवळच्या मोनू हॉटेलमध्ये अड्डा बसायचा. गरमागरम, कडक गोल्डन चहा पिणाऱ्यांची तिथे गर्दी असे. या हॉटेलला लागून असणाऱ्या एसटीडी बूथवर फोन करणाऱ्यांचाही चांगलाच राबता होता. तेव्हा मोबाइल नव्हते. हॉस्टेलवर राहणाऱ्यांना घरच्यांशी किंवा बाहेर कुठं बोलायचं असेल तर एसटीडीवरूनच बोलावं लागे. आम्हीही तिथूनच फोन करायचो. श्रीनिवासन चहा प्यायचा आमच्यासोबत; पण फोन लावायला मात्र लांबच्या दुसऱ्या एसटीडी बूथवर जायचा. काही दिवसांनंतर श्रीनिवासनचं मुद्दाम लांबच्या एसटीडीवर जाणं आम्हाला उगीच खटकू लागलं. आमच्या एसटीडीवाल्याशी श्रीनिवासनचं काही बिघडलं असण्याची सुतराम शक्यता नव्हती. कारण त्याचा कोणाशीच वाद होणं शक्य नव्हतं. त्याला काही खाजगी हितगूज करायचं होतं असंही नव्हतं. फोनचं बिलही सगळीकडे सारखंच होतं. इतरही काही कारणं सापडेनात. उलट, आमचा एसटीडीवाला हसतमुख आणि सुस्वभावी होता. पण श्रीनिवासन शेवटपर्यंत आमच्या एसटीडी बूथवर आलाच नाही. खूपदा मागे लागल्यावर त्याने एकदा न येण्याचं कारण सांगितलं. कारण ऐकून आश्चर्यापेक्षा जास्त हसू आलं. काय होतं कारण ? या एसटीडी बूथवर लाल रंगाचा फोन होता. या लाल रंगाच्या फोनमुळे श्रीनिवासन अस्वस्थ व्हायचा. त्याला बोलणं सुचायचं नाही. त्यामुळे श्रीनिवासन हा एसटीडी बूथच टाळायचा. ही बातमी हळूहळू हॉस्टेलमध्ये पसरली. प्रत्येकाने आपापल्या पद्धतीने श्रीनिवासनची टर उडवली. कुणी त्याला खोदून प्रश्न विचारले. कोणी ''रेड वाईन चालेल का ?'' असं विचारलं. एकाने त्याला लाल रंगाचा पेन भेट दिला. बिचाऱ्याला जरा त्रासच झाला. श्रीनिवासन मात्र शांत राहिला. लाल रंगाच्या फोनमागची गोष्ट त्याच्या महाकाय मौनाखाली दबून गेली. पुढे रिसर्च संपवून विनम्रपणे 'शाल आय मूव्ह ?' म्हणत श्रीनिवासन गावी निघून गेला. आम्हीही पोटापाण्याच्या शोधात पांगलो.

परवा 'खेळ'चा २०१४ चा दिवाळी अंक हाती आला. एका कवितेजवळ थांबलो. बोलीभाषेतला संवाद असलेली 'गायीचे डोळे' ही विनायक पवारांची कविता–

ए... माय
आताच जेवलासा ना मुडद्या
भाकर नई माघत वं

मंग जीव मागतो क काय मव्हा ?
ए माय... ते हिरवं लुगडं
तू नेसत जाऊ नको
काहून रे बाप्पा ?
माये तुपल्या अंगावरचं
हिरवं लुगडं पाहून
गायीचे डोळे चमकतेत.

ही कविता वाचून पुन्हा एकदा श्रीनिवासन आठवला. दुष्काळग्रस्त भागातल्या झोपडीतला माय-लेकाचा संवाद. दुष्काळात करपलेल्या खोपटात लेकरानं हाक मारली म्हणजे तो भाकरी मागेल याची मायीला भीती आहे. लेकराचं मात्र मायीकडं वेगळंच मागणं आहे. हिरव्या रंगाचं लुगडं मायीन नेसू नये असं मुलाला वाटतंय. ठिगळाचं का होईना, पण मायीनं नेमकं हिरव्या रंगाचंच लुगडं नेसलंय. मुलाचा असलेला हिरव्या रंगाला विरोध कुणाला आश्चर्यकारक आणि गमतीदार वाटू शकतो. (जसा लाल रंगाचा फोन बघून श्रीनिवासनला येणारी अस्वस्थता हास्यास्पद ठरली होती.) हिरव्या लुगड्याच्या विरोधाचं कारण मुलगा एका वाक्यात सांगतो, 'माय, तुपल्या अंगावरचं हिरवं लुगडं पाहून गायीचे डोळे चमकतेत.' हे कारण कळल्यावर आपला अस्वस्थ श्रीनिवासन होतो. दुष्काळी परिस्थिती. खाण्यापिण्याची मारामार. जनावरं चारा छावणीत नेऊन बांधावीत, नाहीतर खाटकाला विकून टाकावीत. माणसाला प्यायला पाणी नाही; मग ढोरांना चारा कुठून मिळणार ? बिचारी मुकी जनावरं मरणघटका मोजत बसून आहेत. अशा वेळी हिरवा रंग दिसला तरी ढोरांना चाऱ्याचा भास होऊ शकतो. भुकेची कळ तीव्र होऊ शकते. गायीच्या डोळ्यात भुकेची वेदना मुलाने पाहिलेली आहे. या भीतीपोटी कवितेतला मुलगा मायीला हिरवं लुगडं नेसायला मज्जाव करतोय. म्हणजे एखाद्या रंगाचा संदर्भ किती जीवघेणा असू शकतो !

भरतमुनींनी त्यांच्या नाट्यशास्त्रात नाटक करणाऱ्यांसाठी काही नियम सांगितले आहेत. त्यातला एक नियम म्हणजे नाट्यप्रयोगात रंगमंचावर भोजनाचं दृश्य दाखवू नये. भरतमुनींच्या मते, रंगमंचावर प्रयोग सुरू असताना पात्र उघडपणे पदार्थांचा आस्वाद घेऊ लागले तर प्रेक्षकांच्या भावना चाळवल्या जाऊ शकतात. नाट्यास्वादात व्यत्यय येऊ शकतो. खरंतर आजच्या नाट्यप्रयोगांचा विचार करता

नाटकाला आलेले बरेच प्रेक्षकच नाटक सुरू असताना काय काय खात असतात. कदाचित पुढच्या रांगेतील प्रेक्षकांच्या या खाऊगिरीमुळे रंगमंचावरच्या कलावंतांच्या भावना चाळवल्या जाऊ शकतात. त्यामुळे भरतमुनींच्या नियमांत 'रंगमंचावर व प्रेक्षागृहात प्रयोग सुरू असताना कुणीच कुठलेही खाद्यपदार्थ खाऊ नयेत' अशी सुधारणा करण्याची वेळ आलेली आहे. थोडक्यात काय, तर रंग, गंध असेही त्रासदायक असू शकतात. रंगमंचावर खाण्याचं दृश्य दाखवू नये असं सांगणारे भरतमुनी असोत किंवा कवितेतील मायला हिरवं लुगडं नेसू नको म्हणणारा मुलगा असेल; परिस्थिती वेगळी असली तरी दोघांचीही भूमिका सारखीच आहे.

रंगांना आपले वैयक्तिक संदर्भ चिकटतात. मग रंग आवडते होतात. कधी नावडते होतात. काही रंगांना आल्हाददायक ठरवलं जातं. काहींना त्रासदायक ठरवलं जातं. पण रंगांचे संदर्भ येतच राहतात. कवी वसंत आबाजी डहाके यांच्या कवितांमधून येणारे काळ्या रंगाचे संदर्भ भीषण आहेत. काळोखाच्या निमित्ताने व इतर स्वरूपातही या कवितांमधून काळा रंग येत राहतो. काळी पाखरे, काळा सूर्य काळ्या काचेतून पाहावा, काळ्या फुलांचा सडा, काळा गाढ रंग, काळ्या घोड्यांच्या टापा, पांढऱ्यावर काळे करणारे शब्द, काळसर पाण्यात, काळी कुरतड, काळा पक्षी, कोळशाच्या काळ्या भुकटीनं, अज्ञाताचं काळं बोट कपाळावर टेकलं गेलं, जिभेवर काळ्या श्लेषाची कडवट चव, दहशतीचं काळं मांजर, दहशतीचा काळा खेकडा, काळ्या रंगाचे जाड पडदे, काळ्या बंद मोटारी, चरित्राच्या काळ्या मातीत, काळोखाची राजवट, धुरानं काळवंडलेलं आभाळ... हा काळा रंग भोवताल व्यापत जातो. शेवटी बाजारात फक्त काळे कागद उरल्यामुळे दऊतभर पांढरी शाई शोधण्याची वेळ येते. डहाक्यांच्या कवितेत भरून राहिलेल्या काळ्या रंगाची गोष्ट समजावून घेताना या कवीचं चंद्रपूर भागात गेलेलं बालपण समोर येतं. त्या भागातील कोळशाच्या खाणी... सर्वत्र पसरलेली कोळशाची काळी भुकटी... काळा धूर... कवितेतून पुन:पुन्हा डोकावत राहतो. हा काळा रंग निग्रो कवी लँगस्टन ह्युजेस यांच्या कवितेत वेगळ्या स्वरूपात येतो. त्यांच्या एका कवितेची प्रत्येक ओळ आणि ओळीतला प्रत्येक शब्द 'ब्लॅक... ब्लॅक... ब्लॅक' असाच आहे. शोषितांमध्ये घर करून बसलेली ही काळीकुट्ट जाणीव भयावह आहे. यावरती जाऊन बेन्झामिन मोलाईसे हा गोरा कवी काळ्यांची वेदना जाणून घेण्यासाठी रसायनाच्या मदतीने स्वत: काळा झाला. बदललेली काळी कातडी

घेऊन स्वत:च्याच घरी गेला तेव्हा अपमानित झाला. तेव्हा त्याला काळ्या रंगाची वेदना कळली.

हे रंग बऱ्याचदा गोंधळात टाकतात. मुला-मुलींचे 'स्लॅम बुक' भरून देताना काहीही प्रश्न विचारलेले असतात. बुबुळाच्या रंगापासून ते जीवन कसं जगावं ? अशा बेछूट प्रश्नांची उत्तरं भरायचं काम मला फार अवघड वाटतं. विचारलेला असतो 'आवडता रंग ?' माझा गोंधळ उडतो. कारण आभाळ भरून आल्यावर ढगांचा काळा रंग मला आवडतो. पण गावाकडच्या बोळीत लहान मुलांना भीती दाखवायला दबा धरून बसलेल्या अंधाराचा काळा रंग मला आवडत नाही. मग काळा रंग आवडता की नावडता ? श्रावणातल्या पानांचा हिरवा रंग मला आवडतो. पण दवाखान्यातल्या आयसीयूमध्ये लावलेल्या पडद्याचा हिरवा रंग मला आवडत नाही. मग हिरवा रंग आवडता की नावडता ? हे काहीही असो; पण ज्याचा पेरू आतून लाल निघायचा त्याला आम्ही भाग्यवान समजायचो.

पौर्णिमेच्या मध्यरात्री कमळाच्या तळ्यात एकसाथ कमळं उमलतात. त्या क्षणी संपूर्ण तळ्यात पांढरा रंग कालवला जातो म्हणे. असं दृश्य मनोहर ओक नावाच्या मनस्वी कवीने अनुभवलेलं असावं. म्हणूनच 'बगळा उडून जाताना... थोडासा शुभ्र गलबला' अशी ओळ ते लिहू शकले. आपल्याभोवती पसरलेले अनेक रंग आपण पाहत असतो, अनुभवत असतो. पण एखादा रंग विसरताच येत नाही. एकदा तहसील कार्यालयात कामानिमित्त गेलो होतो. अनवाणी पायांनी एक खेडूत बेंचवर बसला होता. रापलेला चेहरा, विटलेले, विरलेले कपडे. कष्टकरी होता. कुणीतरी त्याला हाक मारली. हातातले कागद सावरत तो उठून गेला. माझं सहज लक्ष गेलं. बेंचखाली त्या खेडुताच्या पायाच्या जागी लाल रक्त ठिबकलेलं होतं. सरकारी कार्यालयाची चकचकीत फरशी जखमी झालेली होती. फुटलेल्या टाचांतून लाल रंग ओघळलेला होता. या लाल रंगाचं श्रीनिवासनच्या लाल रंगाशी काय नातं असेल ?

■■

गळा दाबल्याने गाणे अडते का ?

प्रिय पेरूमल मुरूगन,

स्वत:मधील लेखकाचं मरण घोषित करणाऱ्या मित्रा, आपला नियमित पत्रव्यवहार होता... आपण कुठल्यातरी लिटररी फेस्टिव्हलला एकदा भेटलो होतो... माझ्या कवितांचे तू तामीळमध्ये अनुवाद केले होतेस... तुझं लेखन वाचून मी तुझा फॅन झालो होतो... तुझ्यासाठी खादीचे झब्बे पाठविले होते... मी तुला आमच्याकडची हिमरू शाल भेट दिलेली होती... असं काहीही घडलेलं नव्हतं. तरीही मी तुझ्याशी सलगी करतोय. एकेरी संबोधून नसलेला दोस्ताना प्रस्थापित करू पाहतोय. त्याचं कारण तू लेखक आहेस. स्वत:चं मरण घोषित करणारा लेखक. रस्त्याने जाताना अचानक एखादी प्रेतयात्रा समोर येते. आपले हात सहजपणे जोडले जातात. तेव्हा मृत व्यक्ती आपल्या ओळखीची असतेच असं नाही. मानवी प्रजातीतील एक सदस्य गेला म्हणून त्याच्या निर्वाणाप्रती आपण आदरभाव व्यक्त करतो. इथे तर लिहिणारा एक सर्जनशील लेखक मेलाय. गाय मरणं वाईटच, पण त्यातही दुभती गाय अवेळी मरणं अधिक त्रासदायक असतं.

चकाचक रस्त्याच्या कडेला मरून पडलेलं कुत्रं एकदम नजरेत येतं, तशी परवा अनेक बातम्यांच्या गराड्यातील तुझ्या मरणाची बातमी ठळक नजरेत भरली. तुझा फोटो प्रथमच पाहिला. ज्याचा चेहऱ्यानिशी फोटो छापून आलाय तो जिवंत आहे. पण ज्याचा फोटोच काढता येत नाही त्या लेखकाचा मृत्यू झालाय. लेखक अनेक मरतात. लोकांना गोळा करून मृत लेखकाला श्रद्धांजली वाहिली जाते. असल्यानसल्या संदर्भांसहित भाषणं ठोकली जातात. काहीजण लेखक मेल्यानंतरच त्याचं मोठेपण मान्य करतात. बऱ्यापैकी प्रसिद्ध लेखक असेल तर एखाद्या रस्त्याचं नामकरणही केलं जातं. पण इथे रूढ अर्थाने लेखकाचा मृत्यू झालेला नाही. तर एका पेरूमल मुरूगन नावाच्या प्राध्यापकाने स्वत:मधील

लेखकाचा मृत्यू घोषित केला आहे. किती अनोखी घटना आहे! अपेक्षेप्रमाणे या घटनेची बेसुमार नोंद घेतली गेली. कारण त्यात बातमीमूल्य जबरदस्त होतं. तू ज्याच्या देहात निवासाला होतास त्यांचा फोटो बातमीसह झळकला. अग्रलेखांचे रकाने भरभरून वाहिले. इलेक्ट्रॉनिक माध्यमाला तर खपाऊ स्टोरी मिळाली. टीव्हीवर तज्ज्ञ लोक मनसोक्त 'चर्चा चर्चा' खेळले. म्हणजे चांगलाच चघळला गेलेला विषय! त्याबद्दल मी काय नवीन लिहिणार? पण मनातून वाटलं, तुला लिहावं आणि व्हावं मोकळं. ज्याच्यासाठी लिहितोय तो तर मृत झालाय! मग हे वाचणार कोण? समजा, हा मजकूर मी तुझ्या जुन्या पत्त्यावर पाठवला तर प्रा. पेरूमल मुरूगन नावाचे गृहस्थ हे पत्र तीव्र तिटकाऱ्याने नाकारतीलच. हे पत्र घेऊन त्यांच्या दारी गेलेल्या कुरिअरवाल्याला 'इथं कुणी लेखकबिखक राहत नाही...' असं तुसडं उत्तर मिळण्याची शक्यता आहे. ठीकाय. बऱ्याचदा आपण ज्याच्यासाठी लिहितो, तिथपर्यंत लिहिलेलं पोहोचत नाही. तरीही आपण लिहितो, कारण आपल्याला लिहून हलकं वाटतं. म्हणून मीसुद्धा लिहितोय.

मित्रा, आपल्याला परदेशातील फुटकळ लेखकही माहीत असतात. बोलताना आंतरराष्ट्रीय लेखकांचे संदर्भ पेरणं हा आताश स्टेटस सिंबॉल आहे. पण आपल्या भारतीय भाषेतील लेखनाबद्दल मात्र उदासीनताच दिसते. साहजिक त्यामुळे तुझं साहित्य वाचण्याची आम्ही तसदी घेतलेली नाही. तुला मरणदारी घेऊन जाणारी चर्चा झाली ती तुझं लेखन इंग्रजीमध्ये अनुवादित झाल्यावरच. 'मधोरूबागन' नावाची तुझी साहित्यकृती तामीळ भाषेत प्रथम प्रकाशित झाली. तामीळ वाचकांनी, समीक्षकांनी तिचं बऱ्यापैकी स्वागतही केलं. सगळं काही गुण्यागोविंदाने सुरू होतं. ही कादंबरी अनुवादित होऊन इंग्रजीत गेली आणि संस्कृती दुखावली गेली. या लेखनाला विरोध सुरू झाला. बाकी सर्वजण 'हाताची घडी, तोंडावर बोट' ठेवून चूप होते. लेखकाच्या जयंत्या-पुण्यतिथ्या साजऱ्या करणाऱ्या कुठल्याही साहित्य संस्थेने साधी नोंदही घेतली नाही. कुणी निषेध नोंदवला नाही. शेवटी तुलाच लेखी माफी मागावी लागली. पुस्तकाच्या न खपलेल्या प्रतींवर बंदी आली. विक्री थांबली. या मनस्तापातूनच 'वाचकांनी त्यांच्याजवळच्या प्रती जाळून टाकाव्यात,' अशी विमनस्क घोषणा तू केलीस. शिल्लक प्रतींच्या नुकसानीपोटी प्रकाशकालाही भरपाई देण्याचं तू जाहीर केलंस. या वादंगाला कारणीभूत ठरला तुझ्या कादंबरीचा 'वन पार्ट वुमन' हा इंग्रजी अनुवाद. तामीळ भाषेत शांत राहिलेला विषय इंग्रजीत मात्र

पेटला. यावरून काही निष्कर्ष काढता येतील:

१. तामीळ भाषेतील वाचक इंग्रजी भाषेतील वाचकापेक्षा अधिक उदार आहेत.

२. तामीळ भाषेतील वाचकांना भारतीय संस्कृतीबद्दल चिंता नाही.

३. तामीळ भाषेतील वाचक–समीक्षकांना साहित्यातील काहीच कळत नाही.

४. तामीळ वाचक गांभीर्याने वाचत नाहीत.

यांपैकी कुठल्याही निष्कर्षाला आपण सहमती दर्शविली तरी तू घोषित केलेलं मरण स्वीकारावंच लागतं. भोवतालच्या परिस्थितीने घडवून आणलेली ही लाजिरवाणी घटना आहे.

अशा घटना आपल्याला नवीन नाहीत. या उन्मादामुळेच तुकारामाला स्वत:च्या अभंगाचं चोपडं नदीत बुडवावं लागलं होतं. तेंडुलकरांच्या 'सखाराम बाइंडर' नाटकामुळे विवाहसंस्था धोक्यात आलेली होती. 'पथेर पांचाली'सारख्या कलाकृतीवर भारतातल्या दारिद्र्याचं भांडवल केल्याचा आरोप झाला होता. 'बॅण्डिट क्वीन' चित्रपटातील एका स्त्रीवर समूहाने केलेल्या अत्याचाराच्या दृश्याला संस्कृतिरक्षकांनी विरोध केला होता. म्हणजे देशातलं वळवळणारं दारिद्र्य चालेल, पण ते पडद्यावर दिसता कामा नये. दिवसाउजेडी आजही बाई ओरबाडली जाते, पण पडद्यावरच्या, पुस्तकातल्या दृश्यातून मात्र संस्कृती धोक्यात येते. अर्थात तुला हे सर्व माहीत आहेच. पण या यादीत आपण जाऊ, असा विचार तूही केला नसशील. खरं सांगतो, एखाद्याला आपल्या आतल्या लेखकाला असे मनावर दगड ठेवून मारून टाकावं लागेल असं मलाही वाटलं नव्हतं.

लेखक मित्रा, खरंतर मेलेल्या लेखकाला उद्देशून लिहायचं ही कल्पना मेलेल्या पितरांना पिंडदान करण्यासारखीच श्रद्धाळू आहे. लिहायला बसलो. भाबडेपणा वाटला. बेत रद्द केला. पण तुझा मरणगंध काही डोक्यातून जाईना. म्हणून पुन्हा लिहायला बसलो. तशी तुझी एकही ओळ मी वाचलेली नाही. एकतर मला तामीळ भाषा येत नाही. या तामीळ भाषेवरून सहज आठवलं. वीस वर्षांपूर्वी राष्ट्रीय युवक महोत्सवासाठी म्हणून मदुराईला आलो होतो. विद्यापीठाच्या कलावंतांचा संघच होता. त्या वेळी चेन्नईला सदिच्छा भेट दिली होती. चेन्नईच्या बीचवर फिरताना एक खारीमुरीवालां दिसला. आम्हाला चेन्नईचे खारीमुरे खाण्याची इच्छा झाली. पण त्या खारीमुरीवाल्याला इंग्रजी किंवा हिंदी भाषा येत नव्हती. मराठीचा तर प्रश्नच नाही. आम्हाला तामीळ येत नव्हतं. संवादच खुंटला. शेवटी आम्ही शब्दांची भाषा बाजूला ठेवली आणि खाणाखुणांची भाषा वापरात आणली. आम्ही खारीमुरीवाल्याला दोन रुपये दाखविले, तर त्याने एक

माप दाखवलं. आम्ही पाच रुपये दाखविले, तर त्याने एक मोठं माप दाखवलं. असा आमचा संवाद झाला होता. तुझ्या मातीतल्या भाषेतली गंमत आहे म्हणून सांगितली. आता तुला कुठल्याही भाषेशी काय देणंघेणं असणार म्हणा ! मेल्यावर भाषेचा काय संबंध ? जगण्यासाठी भाषा लागते.

मरणारा सुटतो, पण मागे उरलेल्यांचा जाळभाज सरत नाही. तू मेलास, पण जाताना अभिव्यक्तिस्वातंत्र्याचा प्रश्न आमच्यासाठी तसाच शिल्लक ठेवून गेलास. त्या 'मधोरूबागन' कादंबरीत तू रूढ परंपरेबद्दल लिहिलंस. काही लोकांना तो अपमान वाटला. ते ठीक. पण बोलणाऱ्याचं तोंड कायमचं बंद केलं जाणार असेल तर कुठली अश्मयुगीन संस्कृती पुन्हा अवतरणार आहे, माहीत नाही. असा उलटा प्रवास कायम राहिला तर एक दिवस आपल्याला पुन्हा शेपूट फुटेल. वेदना वेदनाच असते. तरीही चप्पल हरवलेल्या दुःखी माणसाला पाय तुटलेल्या माणसाची गोष्ट सांगण्याची आपल्याकडे प्रथा आहे. तुलना म्हणून नाही, पण सहज सांगतोय. आमच्याकडे बऱ्याच दिवसांपासून शेतकऱ्यांच्या आत्महत्येची साथ आलेली आहे. परवा तर पस्तीस हजार कर्ज फेडता येईना म्हणून एका तरुण शेतकऱ्याने गळफास लावून घेतला. आधी शेतकरी म्हटलं की डोळ्यांसमोर नांगरधारी शेतकरी यायचा. आता फासासकट शेतकरी दिसतो. या शेतकऱ्यांची पंचाईत आहे. परिस्थितीचा जाच सारखाच असताना त्याला त्याच्यातील शेतकऱ्याचं मरण घोषित करता येईना. त्याला स्वतःच्या देहासह लटकवून घ्यावं लागतंय. जगण्याचा मूलभूत अधिकारच संपतो. कृपया, तुझ्या मरणाची त्याच्या मरणाशी तुलना करतोय असं समजू नकोस. तुझा मनःस्ताप, यातना यांचा आदर ठेवूनच सांगतोय. शेतकरी जिवानिशी मरतो. तू मरणाची घोषणा केलेली आहेस. गेलेला जीव परत येऊच शकत नाही. केलेली घोषणा मात्र परत घेता येऊ शकते. तुझी घुसमट, तुझा त्रागा, तुझी वेदना मी समजू शकतो. त्यामुळे फुकाचा सल्ला द्यायचा अधिकार मला नाही. तरीही सांगतो, तू मेला नाहीस आणि मरणारही नाहीस. आई जेव्हा स्वतःच्या लेकराला रागात 'मेल्या' असं म्हणते तेव्हा लेकराप्रतीच्या आसक्तीचा तो आविष्कार असतो. कुठल्या आईला आपलं मूल मरावं असं वाटेल ? तसा तुझा हा मरण घोषित करणारा तीव्र निषेध आहे. तो रास्तही आहे. तू मेल्यानंतर इथं कुणाचं अडणार आहे ? स्वतःच नद्या बुजवून पुन्हा स्वतःच नद्यांचा शोध लावणारे हे लोक आहेत.

मित्रा, माणसाला मारता येतं, विचाराला नाही मारता येत. विहीर बुजवता येते, पण पाण्याला संपवता येत नाही. झरे वळवता येतात, पण थांबवता येत

नाहीत. कंदिलावरच्या वाढत्या काजळीने ज्योत दिसेनाशी होते, पण विझत नाही. मला खात्री आहे, तू हे सर्व जाणतोसच. मला एक खरं खरं सांग, तू घोषित केलंयस म्हणून तुझ्यातला लेखक खरंच मेलाय? तुझी संवेदना मेलीय? तुला कशाबद्दल काहीच वाटत नाही?

मला माहीत आहेत, तुझे शिवशिवणारे ओठ आणि अनावर झालेली लेखणी. पुन्हा तुला लाल-पोपटी पानांची पालवी फुटेल. तुझ्या कथेची, कवितेची आम्ही वाट पाहत आहोत. तूर्त लिहिण्या-वाचण्याची शिसारी आली असेल तरी किमान पुढील दोन ओळी वाचच वाच. लेखनासाठी शुभेच्छा. घरी सर्वांना नमस्कार. वाचतोयस नं...

वाढलेल्या काजळीने
ज्योत विझते का?
गळा दाबल्याने
गाणे अडते का?

तुझाच
शेपूट फुटण्याच्या भीतीने टरकलेला एक कवी

■■

बाई संभाळ कोंदण

आजकाल गावोगाव, विशेषकरून शहरांमधून, मॉर्निंग वॉकची चळवळ जोरात आहे. या भल्या पहाटे चालण्यामागे उत्स्फूर्ततेपेक्षा डॉक्टरांनी बंधनकारक करण्याचा वाटा मोठा असतो. अर्थात काही हौशी आरोग्य उपासकही असतात. डॉक्टरांनी चालणे अनिवार्य केलेला आणि हौशी चालणाऱ्यांचा, बऱ्यापैकी नियमित असणाऱ्यांचा आमचा एक ग्रूप तयार झालाय. त्यात वेगवेगळ्या स्वभावाचे लोक आहेत. काहीजण तोंड चालवायला मिळतं म्हणून पाय चालवतात, काही मात्र 'कॅलरीज् बर्न' करायचं उद्दिष्ट डोक्यात ठेवूनच तन्मयतेने चालत असतात. काहींना घरून जबरदस्ती चालायला पाठवलेलं असतं. वेळ लावून चालणारे सारखे पळणाऱ्या घड्याळाच्या काट्याकडे पाहत असतात. यात आमचे एक इंजिनिअरसाहेब आहेत. टेलिफोन खात्यात मोठ्या पदावर कार्यरत असणारे हे साहेब आहेत मोठे मनमिळाऊ. कुठेही साहेबी थाट नाही. जबाबदारी मोठी असल्यामुळे व्यापही मोठा आहे. पण त्यातूनही इंजिनिअरसाहेबांच्या डोक्यात टेलिफोनच्या केबलसारखे गुंतागुंत झालेले अनेक प्रश्न, प्रसंग वळवळत असतात. पाहता पाहता हे साहेब माझे मित्र झाले. रोज 'हाय-हॅलो' होतं. कधी चालताना गप्पा रंगतात. प्रत्येक प्रश्नावर त्यांना स्वतंत्र पुस्तक हवं असतं. आपण एखादं पुस्तक सुचवलं तर ते मिळवून वाचतात. चर्चा करतात. टेलिफोनच्या क्रॉस कनेक्शनमध्ये एखादा विचित्र संवाद ऐकू यावा तसा एखादा वेगळाच प्रश्न त्यांच्या डोक्यात येतो. पण त्या प्रश्नामागे जाणून घेण्याची प्रामाणिक तळमळ असते. सहा फुटी धिप्पाड देहातली चरबी कमी करण्याकरिता झपाझपा चालताना साहेबांचं तोंडही सुरू असतं. परवा त्यांनी एक छोटासा प्रसंग सांगून एक गंभीर प्रश्न उपस्थित केला. बोलताना थोडेसे हळवे झाले होते.

इंजिनिअरसाहेब शहरालगतच्या औद्योगिक वसाहतीतल्या कार्यालयात भेट द्यायला निघाले होते. सकाळची वेळ. ड्युटी गाठण्यासाठी प्रचंड वेगात वाहनं

धावत होती. रस्त्याच्या कडेचं दृश्य बघून साहेबांनी अर्जंट गाडी थांबवली. रस्त्याच्या कडेला एक तरुण मुलगी विव्हळत पडली होती. रस्त्यावरच्या वाळूवर स्लिप झालेली स्कूटी बाजूला पडलेली होती. पण कुणीही थांबायला तयार नव्हतं. त्या अपघाताकडे दुर्लक्ष करून वाहनं सुसाट पळत होती. साहेबांनी तातडीने त्या मुलीला उठवून बसवलं. गाडीतली बाटली आणून पाणी पाजलं. मुलीला बरंच खरचटलं होतं. ती घाबरली होती. तिचं अंग थरथरत होतं. साहेबांनी तिला धीर दिला. जवळपास दवाखाना नव्हता. दरम्यान, दोन–चार वाहनं आता उत्सुकतेपोटी थांबली होती. त्यांनी त्या मुलीच्या घरी कळवण्यासाठी घरचा पत्ता, मोबाइल नंबर विचारला. पण ती मुलगी काहीच बोलली नाही. मुलगी आता थोडी शांत झाली होती. पुन्हा साहेबांनी माहिती मिळवायचा प्रयत्न केला. मुलगी मात्र शांत. आर्किटेक्ट कॉलेजची ती विद्यार्थिनी होती. थांबलेल्या वाहनांतल्या एक बाई तिच्याशी बोलू लागल्या. मुलगी त्यांच्याशी बोलत होती. मुलीने त्या बाईंना घरचा पत्ता, फोन सांगितला. बाईंनी तिच्या घरी संपर्क साधला. प्रश्न मार्गी लागलेला बघून साहेबही निघाले. निघताना ती जखमी मुलगी साहेबांना 'थँक्स काका!' एवढं बोलली.

प्रसंग एवढाच आहे. यात त्या मुलीने स्वत:ची माहिती, काँटॅक्ट नंबर न सांगणं ही गोष्ट इंजिनिअरसाहेबांना चांगलीच लागली होती. त्यांच्या मते, मलाही मुलगी आहे. म्हणजे मी तिच्या बापासारखाच आहे. शिवाय रस्त्यावर कुणीही लक्ष देत नव्हतं तेव्हा कर्तव्य म्हणून मी गाडी थांबवून तिला मदत केली. तिला घरी पोचवण्यासाठीच मला तिचा पत्ता, मोबाइल नंबर हवा होता. मग तिने माझ्यावर अशा वेळी अविश्वास का दाखवला असेल? हा प्रश्न साहेबांना छळत होता. आतून अपमानित करत होता. यावर बरीच चर्चा झाली. राहून राहून साहेब पुन्हा या विषयावर यायचे. 'माझा चेहरा एवढा भीतिदायक आहे? का कधी मी एखाद्या स्त्रीसोबत वाईट वागलोय? ज्या स्त्रीसोबत ती मुलगी घरी गेली, ती स्त्रीही अनोळखीच होती. मग माझ्यावरच अविश्वास का?' एखादा दिवस गेला की साहेबांची हळवी जखम भळभळू लागायची. एका परपुरुषाला आपला काँटॅक्ट नंबर किंवा पत्ता सांगणं त्या मुलीला योग्य वाटलं नाही. त्यात इंजिनिअरसाहेबांवरच्या वैयक्तिक अविश्वासापेक्षा 'पुरुष' जातीची वाढत चाललेली दहशतच अधिक जबाबदार असावी. पोटाच्या मुलीप्रति बापाचीच विकृती पुढे येताना बापासारख्या पुरुषावर विश्वास कसा ठेवायचा? प्रत्येक लाल मुंगी आपल्याला चावत नसते.

पण लाल मुंग्या दिसल्या की आपण सावध होतो. कारण लाल मुंगीच्या कडाडून चावण्याची किमान माहिती आपल्या गाठीशी असते. बायका अशाच दचकून असतात पुरुषांच्या बाबतीत.

खऱ्या अर्थाने बाईचं हे दचकणं, संकोचणं, घाबरणं आणि आणि सावरणं सुरू होतं एका घटनेपासून. ती घटना म्हणजे स्त्रीला होणारी ऋतुप्राप्ती होय. या घटनेपासून बाईच्या जगण्यावर अचानक अनेक बंधनं येतात. याचे अनेक संदर्भ लोकगीतांतून, ओव्यातून येत राहतात...

आता आलं ग बंधन
अंग झालंया चंदन
चंदनाची दरवळ
बाई संभाळ कोंदण

सगळ्यांसोबत बिनधास्त खेळणारी, बागडणारी मुलगी अचानक मुलांपासून वेगळी होते. भोवतालच्या नजरा तिच्याकडे वळतात. बहिणी, तिच्या मैत्रिणी एकदमच तुटक वागायला लागतात. त्याचा लहानपणी अर्थ लावता येत नसे. या 'कावळा शिवण्याचा' लहानपणी भयंकर राग येत असे. कारण त्यामुळे तीन दिवस आईपासून लांब राहावं लागायचं. 'शिवू नको, लागू नको, दूर हो' असे जाचक नियम घरात असत. बाहेरून खेळून आल्यावर स्वतःला आईच्या अंगावर झोकून द्यायची सवय. नेमके तीन दिवस आई अस्पृश्य असायची. त्या काळात 'कावळा शिवणे' या घटनेचा सामाजिक-सांस्कृतिक अर्थ डोक्यात असणं शक्य नाही. पण या घटनेचे दृश्य परिणाम खटकणारे होते. याबद्दलची दाटून राहिलेली बालमनाची अनाकलनीयता पुढे कवितेतून उजागर झाली...

शेपटी वेण्या हलवत मिरवणारी
हुशार परकरी पोरगी
एकदम वर्गातच घाबरली, ओरडली,
बाईंनी तिला उठवलं, विचारलं
तर बेंचवर भलंमोठ्ठं रक्त सांडलेलं,
आम्ही घाबरलो
बाईंनी आम्हाला वर्गातून हाकललं
नेमकं काय झालं?

कुठला गृहपाठ विसरल्याची
ही रक्तरंजित शिक्षा,
का बेंचचा खिळा लागला ?
(अशा बाहेर आलेल्या खिळ्यांमुळे आमच्या खाकी चड्ड्या फाटायच्या)
कुणीच काही सांगेना
शेवटी मी भांडेवाल्या
गंगाबाईला विचारलं
तवा घासताना गंगाबाई बोलली,
''तुला काय संड्या
जलमलास पुरुषाच्या जातीत
त्या पोरीचा
जाळभाज सुरू झालाय बाबा''
मला काही कळेना
नुस्ता तव्यावर
विटकर घासल्याचा खरखर आवाज

दहा वर्षांपूर्वी ही कविता 'जाळभाज' या शीर्षकाखाली 'कवितारती'च्या दिवाळी अंकात छापून आली. कविता मिळताच संपादक प्रा. पुरुषोत्तम पाटील यांचं कौतुकाचं पत्रही आलं. इतरही अनेक प्रतिक्रिया आल्या. हे सर्व इंजिनिअरसाहेबांच्या प्रश्नामुळे मनात घुमू लागलं.

स्त्रीला मुळातच पापी ठरवण्यात आलं आहे. तिच्या पापामुळे ती रजस्वला (कावळा शिवणे) होते. त्या पातकापासून मुक्त होण्यासाठी स्त्रिया ऋषिपंचमीचा उपवास करतात असा एक संदर्भ आहे. हे मी इंजिनिअरसाहेबांना सांगत होतो. त्या घटनेतील मुलीवर स्त्री म्हणून असणारा दबाव त्यांच्या लक्षात येत होता. अपेक्षेप्रमाणे साहेबांनी या संदर्भात पुस्तकाचं नाव मला विचारलंच. स्त्रीला अपमानित करणारी मूळ गोष्ट म्हणून अरुणा देशपांडेंच्या 'एका शापाची जन्मकथा' या पुस्तकाचं नाव मी त्यांना सांगितलं. साहेबांनी ते पुस्तक मिळवलं, वाचलं आणि चर्चा सुरू झाल्या. जगातील सर्व संस्कृतींतील ऋतुप्राप्तीबद्दलचे समज–गैरसमज अरुणाबाईंनी अभ्यासपूर्वक त्यात मांडले आहेत. सोबत शास्त्रीय माहिती आहे. खरंतर हा विषय चर्चेसाठी आजही निषिद्ध मानला जातो.

आदिमानवाला रक्ताबद्दल भीती वाटत होती. कारण रक्तस्राव म्हणजे जिवाला धोका हेच समीकरण आदिमानवाला माहीत होतं. त्यामुळे प्राण्याचा, माणसाचा जीव रक्तात असतो, ही कल्पना रूढ झाली. कोणतीही जखम न होता स्त्रीला होणारा रक्तस्राव धोकादायक मानला जाऊ लागला. या रक्तस्रावाबद्दल गूढता आणि भीती निर्माण झाली. या गूढतेपासून इतरांना वाचवण्यासाठी अशा स्त्रियांना वेगळं ठेवण्यात येऊ लागलं. त्यांच्या हालचालींवर आणि आहार–विहारावर बंधनं घालण्यात आली. ही समाजशास्त्रीय अभ्यासकांची मांडणी मूळ गैरसमजाला हात घालणारी आहे. स्त्रीच्या माथी लावलेल्या 'विटाळ' शब्दाची निर्मिती 'विष्ठा' शब्दापासून झालेली आहे. प्राचीन संस्कृतीत स्त्रीसाठी 'भस्त्रा' हा शब्द वापरला आहे. 'भस्त्रा' म्हणजे केवळ अपत्यांना जन्म देणारी कातड्याची पिशवी! प्रजननासाठी पुरुष बीजाचं महत्त्व लक्षात घेऊन पुरुषी वर्चस्व प्रस्थापित झालं. स्त्रियांच्या निसर्गधर्माला निषिद्ध ठरवणाऱ्या शापकथा वाचताना आज करमणूक होते. गंमत म्हणजे या शापकथा ऊर्फ करमणूक कथा सर्वच धर्मांत सापडतात. कुणाच्या तरी शापामुळे किंवा पापामुळे स्त्रीला मासिक पाळी येते, असा या सर्व कथांचा मथितार्थ आहे. आजही पुरुषांचा वंशवृक्ष वाढवण्यासाठी शापित स्त्रिया बाळंत होतात. बिचारी छोटी मुलगी –

चिऊ चिऊ ये,
काऊ काऊ ये
दाणा खा, पाणी पी,
भुर्रर उडून जाऽऽऽ

असे पिटुकले हात हलवत आवतन देते. पुढे हाच कावळा त्या मुलीला शिवतो. मुलीचा जाळभाज सुरू होतो. ती कोणावरच विश्वास ठेवू शकत नाही. नाइलाजाने भीती, संकोच, घुसमट सोबत वागवावी लागते. तिला शिवलेला कावळा दृश्यरूपात क्षणोक्षणी जाणवत राहतो. पण आपल्या जगण्याला शिवलेला अज्ञानाचा, रूढी–परंपरांचा आणि पुरुषी वर्चस्वाचा कावळा मात्र कोणालाच दिसत नाही.

■■

कटिंग

सकाळची वेळ. वाड्याचं पुढचं आणि मागचं दार घट्ट लावून घेतलंय. वाड्यातल्या खोल्यांतून, माडीवर शोध सुरू आहे. शोध घेणारी वाड्यातलीच वडीलमाणसं आहेत. शोध कुणाचा घेतला जातोय? तर या वाड्यातलाच एक बारा-तेरा वर्षांचा मुलगा आहे. घडलंय काय एवढं भयंकर? तर विशेष असं काही नाही. थोड्याफार फरकाने दर महिन्याला हा प्रसंग या वाड्यात घडतो. म्हणजे हजामत करणारे कोंडबामामा स्वत:ची धोकटी सावरत वाड्यात प्रवेश करतात आणि गब्बरसिंगवाल्या माणसांच्या चाहुलीने गाववाल्यांचा थरकाप उडावा तशी वाड्यातल्या लहान पोरांची लपालप सुरू होते. पण धान्याच्या कणगीमागे लपलेलं किंवा देवघरातल्या कोपऱ्यात समईच्या मंद प्रकाशात अंधूक झालेलं किंवा जिन्याखालच्या अंधारात दडलेलं किंवा परसातल्या कडब्याच्या आडोशाला लपून बसलेलं पोर मोठी माणसं शेपटीला धरून एखादा उंदीर धरून आणावा तसं आणून कोंडबामामाच्या पुढ्यात सहज हजर करत. पोराची प्रचंड आरडाओरड, रडारड, हातपाय झाडणं, अंग टाकून देणं सुरू असे. ही धरपकड सुरू असताना वाड्याची दोन्ही दारं बंद करण्याची प्रथा पडली. त्यालाही एक कारण आहे. एकदा कोंडबामामाच्या चाहुलीने हे पोर उघड्या दारातून चक्क पसार झालं. नुस्तं पसार झालं नाही, तर थेट पोचलं वेशीजवळच्या कोंडबामामाच्या घरासमोर. रागापोटी कोंडबामामाच्या घरावर दगड भिरकावले. पत्र्यावर दगड पडतायत म्हणून कोंडबामामाची बायको ओरडत सुटली. तिला हा भुताटकीचा प्रकार वाटला. या भुताटकीच्या मागे असणारं पोर नंतर वाड्यातच दार लावून कोंडलं जाऊ लागलं.

एखाद्या पशुवैद्यकाने गायी-म्हशीला उपचारासाठी लोखंडी सापळ्यात अडकवावं तसं या पोराला कोंडबामामाच्या पुढ्यात ठेवलं जाई. निसटला तर मोठे भाऊ-बहीण सावध उभे असत. आईचा प्रत्यक्ष सहभाग नसे, पण तिचं तोंड मात्र सुरू

असे. 'काय वाढलंय ते टारलं, त्या केसांना तेल नको, फणी नको. सगळी भिकारी लक्षणं. गल्लीला आयता तमाशा. लपून बसतं घरात. जसं काय कोणी याचा मेंदू काढून घेतंय.' या सगळ्यांचं म्हणणं त्यांच्या दृष्टीने असेल बरोबर. पण कटिंग म्हणलं की लहान पोरं प्रचंड घाबरायची. कारणंही तशीच होती. कोंडबामामा अंगणातल्या पोत्यावर बसून त्यांच्या दोन्ही गुडघ्यांत डोकं गच्च दाबून धरायचे. जराही हलू द्यायचे नाहीत. त्या कचकच वाजणाऱ्या कात्रीने आणि चिमटे बसणाऱ्या करकर मशीनने केसांना होत्याचं नव्हतं करायचे. सुंदर काळ्याशार केसांचे पुंजके पोत्यावर पडायचे. रडू आल्यामुळे ते पुंजकेही अंधूक दिसायचे. अशा वेळी विजयी उन्मादाने कानाजवळ कात्री कचकच वाजत असायची. एखादं गुबगुबीत मेंढरू लोकरीसाठी भादरून काढावं तसा कटिंग केलेला चेहरा गरीब दिसायचा. बरं, आरसा नसल्यामुळे कोंडबामामा कशी कट मारतायत ते कळायला मार्ग नव्हता.

एखादा हुकूमशहा हातातल्या धारदार शस्त्राने माणसं कापीत सुटावा तसा आविर्भाव कोंडीबाबामामांचा असे. उभी असलेली वडीलमाणसं चिअरिंग केल्यासारखे कोंडबामामाला, 'अजून बारीक करा, अजून बारीक करा' असं म्हणत राहायचे. धारदार वस्तरा, कचकच कात्री, चिमटे घेणारी मशीन शिवाय गुडघ्यात गच्च पकडलेलं डोक यात कंगवा थोडासा मवाळ होता. पण यांच्या संगतीत राहून कंगव्यालाही भरपूर दात फुटलेले होतेच. कटिंग म्हणजे या सर्वांची भीती तर होतीच. पण दुसरं एक दुःख होतं. त्या काळात हिंदी सिनेमाच्या प्रभावामुळे प्रत्येक पोराला हिप्पी कट ठेवण्याची इच्छा असे. राजेश खन्ना, अमिताभ बच्चन यांच्यासारखे कानावर येणारे केस ठेवण्याची फॅशन होती आणि इथं तर पार पैलवान कट मारला जाई! कटिंग केल्यानंतर काही दिवस तर फारच लाजिरवाणं वाटे.

कातड्याच्या पट्ट्यावर घासून वस्तरा धारदार ठेवणारे कोंडबामामा स्वतः मात्र शांत होते. मोठ्या माणसांशी काहीतरी गुपितं सांगितल्यासारखं बोलायचे. याशिवाय त्यांच्याकडे गावात आवतन (जेवण्याचं आमंत्रण) सांगण्याचं काम होतं. बारसं, लग्न, तेरवी असं काहीही असू द्या, कोंडबामामा आवतनं सांगत फिरायचे. अशा वेळी त्यांची जुनाट सायकल सोबत असायची. पण फार कमी वेळा ते सायकल चालवत असत. बऱ्याचदा सायकल हातात धरून पायी चालत असत. त्यांच्या सायकल चालवण्यात एक गंमत होती. गावातल्या अरुंद गल्ल्या. सायकलसमोर कुणी आलं नाही तरी कोंडबामामा सारखं 'सरकाऽऽऽ.... सरकाऽऽऽ'

असं जोरजोरात ओरडत राहायचे. कारण सायकलला घंटी नव्हती. त्यापेक्षा गंमत म्हणजे कोंडबामामांना सायकल चालवताना वळवता येत नव्हती. मग अशा वेळी वळणावर ते चक्क सायकल थांबवायचे, खाली उतरून, सायकल उचलून तिचं हवं त्या दिशेला तोंड करून ठेवायचे आणि पुन्हा सायकलवर बसून पायडल मारीत पुढे जायचे.

पुढे काही वर्षांनी गाव बदलू लागलं. गावात सलूनचं एक दुकान झालं. हे नवं कटिंगचं दुकान म्हणजे गावभर चर्चेचा विषय होता. त्या दुकानातल्या मऊ गाद्यांच्या उंच खुर्च्या, फुसफुस करीत चेहऱ्यावर पाण्याचे तुषार उडवणारी बाटली, अख्खा माणूस दिसेल एवढे मोठ्ठाले चकचकीत आरसे, भरमसाठ लावली जाणारी सुगंधी पावडर, नेहमी सुरू असणारी हिंदी सिनेमाची गाणी, भिंतीवर अमिताभ बच्चन, राजेश खन्नाचे लावलेले फोटो, फुकट चाळायला मिळणारा 'मायापुरी'चा फिल्मी अंक. त्यातले नट-नट्यांचे रंगीत फोटो अशी मौज होती. इथं कटिंग करायला जाणं पोरांनाही आवडू लागलं. बऱ्याचदा तर उगीच त्या दुकानासमोर थांबून दुकानातल्या घडामोडी पाहत शाळेत जाणारी-येणारी पोरं थांबत. या सलूनमध्ये कटिंग करणं घरच्यांना आवडणं शक्य नव्हतं. पोरं मात्र हट्टाने या सलूनमध्ये जाऊ लागली. कोंडबामामाचं काम कमी झालं. तरीही जुनाट सायकलचा काठीसारखा आधार घेत आवतनं देताना कोंडबामामा दिसायचे. पुढे कोंडबामामाही थकले. तरी आम्ही गाव सोडेपर्यंत वडिलांसाठी आणि आजीसाठी ते येत गेले. त्यांना कटिंग करताना बघून आम्हा सलूनमध्ये जाणाऱ्यांना मोटारीत बसून बैलगाडी पाहिल्यासारखं वाटू लागलं.

परवा फेसबुकवर प्रकाश आमटे हे बाबा आमटेंची कटिंग करतानाचा एक सुंदर फोटो पाहिला आणि कोंडबामामाची कचकच कात्री कानात ऐकू येऊ लागली. हे केस वाढवणं आणि कापणं याला आपल्याकडे अनेक संदर्भ आहेत. आईवडील वारल्यानंतर केस काढण्याची प्रथा, विधवा स्त्रीचं केशवपन, याउलट जोगतिणीच्या जटा, पोतराजाच्या जटा, जटा वाढवून झालेले साधुसंत, तिरुपती बालाजीला जाऊन केशदानासाठी केलेलं मुंडण, मुंजीत शेंडी ठेवून केलेला चमनगोटा, बाळाचं जावळं काढण्याचा कार्यक्रम असे केस कापण्यासाठीचे अनेक संदर्भ आजही भोवताली दिसतात. पूर्वी तपोवृद्ध, ज्ञानवृद्ध साधूच्या जटा वाढायच्या, पण पुढे नुसत्या जटा वाढवूनही काहीजण साधू झाले. अशांसाठी तुकारामाने खडे बोल सुनावले आहेत....

डोई वाढवुनि केश। भुते आणिती अंगास।

तरी ते नव्हती संतजण। तेथे नाही आत्मखूण।

साने गुरुजींच्या 'श्यामची आई'मध्येही केस कापण्यासंबंधीचा संदर्भ एक विचार पेरून जातो. वसतिगृहामध्ये राहणारा श्याम घरी येतो. तेव्हा त्याचे डोक्यावरचे केस वाढलेले असतात. त्यामुळे वडील श्यामला खूप रागावतात. धर्म पाळला नाही, म्हणून खूप बोलतात. श्यामला वाईट वाटतं. रडू येतं. श्यामला वाटतं, केस वाढवण्यात अधर्म कसला ? श्यामची शंका आई दूर करते. आईच्या मते, केस न कापणं म्हणजे केसांचा मोह होणं. कुठल्याही मोहाच्या आहारी जाणं म्हणजे अधर्मच होय. थोडक्यात काय तर केस कापणं आणि वाढवणं ही काय सहज साधी गोष्ट नाही. डोक्यावरच्या केसांएवढे त्याला संदर्भ आहेत.

कचकच कात्री चालवणाऱ्या आमच्या कोंडबामामासारखा लक्षात राहिलेला दुसरा न्हावी म्हणजे विंदा करंदीकरांचा धोंड्या न्हावी! करंदीकर म्हणजेसुद्धा एखाद्या अनुभवाची सुंदर कटिंग करून पेश करणारा कवी. या कवितेतला धोंड्या न्हावी हलाखीत जीवन जगतोय. देणेकऱ्याचा त्याच्यामागे तगादा आहे. उपचाराविना त्याची चार पोरं मेलेली आहेत. या धोंड्याची मनातून एक इच्छा आहे. गांधीबाबा त्याच्या भागात आले तर धोंड्याला त्यांची हजामत करायची होती. पण गांधींची हत्या होते. आणि धोंड्या न्हाव्याची इच्छा अपूर्णच राहते. कटिंगबद्दल इच्छा अपूर्ण राहतात याचा मलाही चांगलाच अनुभव आहे. हिप्पी कट करण्याची आमची इच्छा अपूर्णच राहिलीय ना! त्या काळात या अपूर्ण इच्छेला पूर्ण करू पाहणारा गण्या नावाचा आमचा एक मित्र होता. कटिंगला नव्या सलूनमध्ये जाताना 'चांगली बारीक कटिंग करून ये' अशी त्याच्या आईने दिलेली सूचना दुर्लक्षून गण्याने परस्पर चक्क हिप्पी कट मारला होता. पण तो आम्हाला काही बघायला मिळाला नाही. कारण हिप्पी कट मारलेला गण्या घरी पोचला तर त्याच्या आईने त्याला घरातही घेतलं नाही. उलट त्याच पावली त्याच्यासोबत सलूनच्या दुकानात स्वत: जाऊन थयथयाट केला. सलूनवाल्याचा उद्धार केला. शेवटी त्या सलूनवाल्याने बारीक पैलवान कट मारून दिला तेव्हा गण्याची आई शांत झाली. गण्याचा हिप्पी कटमधला चेहरा पाहण्याचा योग आम्हाला आला नाही. कारण उद्घाटनापूर्वीच पूल कोसळावा तसा हा हिप्पी कट अल्पायुषी ठरला. तरीही आमच्यात गण्याला भाव होता. कारण पंधरा-वीस मिनिटं का होईना गण्याच्या

वाढलेल्या केसांना हिप्पी कटचा आकार लाभला होता. आमच्या केसांना ते भाग्य लाभलं नाही. आमचे केस वडीलधाऱ्यांच्या धाकात वाढले आणि धाकातच कापलेही गेले. स्वतंत्र वळण त्यांना मिळालंच नाही.

हा विषय कटिंगसारखा कितीही वाढू शकतो. पण कुठेतरी कचकच कात्री लावून त्याला थांबवायला हवं. या कटिंग प्रकरणात पुरुषच अडकलाय. बाई आपले केस हवे तसे वाऱ्यावर सोडू शकते. त्यांना कसलीच अडचण नाही असा समज असताना एक छोटीशी घटना घडली. रयत शिक्षण संस्था दरवर्षी फार दर्जेदार वक्तृत्व स्पर्धा घेते. एके वर्षी परीक्षक म्हणून वेगवेगळ्या स्पर्धकांना ऐकत होतो. तिसऱ्या दिवशी अंतिम फेरीच्या उत्स्फूर्त भाषणात एक शेवटची स्पर्धक मुलगी बोलायला उभी राहिली. या शेवटच्या मुलीचं ऐकून ताबडतोब स्पर्धेचा निकाल लावायचा होता. त्या मुलीने उचललेल्या चिठ्ठीत विषय निघाला, 'आजच्या स्त्रीसमोरील आव्हाने.' त्या स्पर्धक मुलीने बोलायला सुरुवात केली. प्रभाव पाडण्याचा कुठलाही प्रयत्न नव्हता. सहज स्वाभाविक संवाद साधणं होतं ते. तिचं पहिलं वाक्य तिच्या स्वत:च्या लांब वेण्यांवर होतं. ती म्हणाली, 'मी खूप पुस्तकी समस्या सांगत बसणार नाही. मी बी.एड. करते. माझं सकाळी सात वाजता कॉलेज असतं. एवढ्या सकाळी या लांब केसांची मला खूप अडचण होते. गडबडीत या केसांची साधी वेणीही घालू शकत नाही. म्हणून मला हे केस कापायचे आहेत. पण केस कापायला माझ्या घरच्यांचा विरोध आहे.' स्वत:चे केस कापण्याच्या समस्येपासून तिने पुढे अनेक समस्यांचा डोंगरच मांडला. पण मला मात्र तिच्या केस कापण्याच्या समस्येत कोंडबामामांच्या कचकच कात्रीचा आवाज येत राहिला.

■■

अंधारातला नट

राष्ट्रीय नाट्य विद्यालयाने आयोजित केलेला भारतीय रंग महोत्सव या वर्षी प्रथमच आमच्याकडे झाला. अप्रतिम नाटकं बघायला मिळाली. बंगाली भाषेतलं 'गंभिरा गंभिरा' हे लोककलावंताची कैफियत मांडणारं नाटक, नेपाळी कलावंतांनी सादर केलेलं 'राशोमान', अमेरिकन रंगकर्मींनी सादर केलेलं नाटककार युजिन ओनिलच्या फक्त रंगसूचनाचं अफलातून सादरीकरण. या महोत्सवात अल्बर्ट कामूचं 'कॅलिगुला' नावाचं एक नाटक बंगाली भाषेत सादर झालं. या नाटकात राजाची मध्यवर्ती भूमिका करणाऱ्या बंगाली नटाने सगळ्याचंच लक्ष वेधून घेतलं. कितीतरी दिवसांनी असा ताकदीचा नट पाहायला मिळाला. चांगल्या नटातील ऊर्जा लक्षात आली. पडदा उघडून बंद होईपर्यंत या नटाने संपूर्ण रंगमंच ताब्यात घेतलेला होता. एखाद्या खोपीत वारा घुसतो आणि खोपीचं छप्पर उडवून नेतो, तसं गौतम हलधर नावाच्या या बंगाली नटात पात्र घुसलं आणि तो रंगमंचावर पिसासारखा हलका होऊन तरंगत होता.

प्रयोग संपल्यावर या नटाशी बोलताना एक विचित्र गोष्ट लक्षात आली. त्या गोष्टीचा या नाट्यप्रयोगाशी काहीही संबंध नव्हता. तर या नटाच्या व्यक्तिमत्त्वाशी प्रचंड साधर्म्य असणारी एक व्यक्ती मला आठवू लागली. फक्त डोळ्यांतील बुबुळांचा रंग थोडा वेगळा होता. बाकी जुळे भाऊच. दिग्दर्शक मनमोहन देसाईंच्या 'लॉस्ट अ‍ॅण्ड फाउंड' फार्म्युल्यात चपखल बसणारी ही स्टोरी झाली असती. लहानपणी काही कारणांनी दोन भाऊ बिछडतात. एक बंगाली रंगभूमीवर मोठा नट होतो आणि दुसरा रात्री गस्त घालणारा गुरखा होतो. योगायोगाने रात्री नाटकाचा प्रयोग करून नशेत परतणाऱ्या नटाला गुरखा अडवतो. त्यांची भांडणं होतात. प्रचंड मारामारी होते. दोघेही जखमी होतात. या झटापटीत नटाला गुरख्याच्या हातावर गोंदलेलं चिन्ह दिसतं. नट थबकतो. कारण त्याच्याही हातावर असंच

गोंदलेलं चिन्ह असतं. अशा प्रकारे बिछडलेले भाऊ अनपेक्षितपणे भेटतात. कथानकात असं काही वळणही आणता आलं असतं. पण 'कॅलिगुला' नाटकातील नटाशी दिसण्यात साधर्म्य असणारी व्यक्ती गायब आहे आणि आता असा जुना 'लॉस्ट ॲण्ड फाउंड' फार्म्युला घेऊन कोण सिनेमा करेल? केला तर लोक पाहतील का? अशा प्रश्नांची उत्तरं शोधण्यापेक्षा त्या बंगाली नटाशी साधर्म्य असलेल्या व्यक्तीबद्दल बोलणं ठीक राहील.

साधारणपणे आठेक वर्षांपूर्वीची घटना आहे. छोट्या गावात फार साहित्यिक-सांस्कृतिक वातावरण नसतं. पण साहित्यिक-सांस्कृतिक क्षेत्रातील माणसांना भाव मात्र असतो. कारण अशा गावात छोट्या-मोठ्या कार्यक्रमात एखादा प्रमुख पाहुणा लागतो. कार्यक्रमाला अध्यक्षाची गरज असते. तिथं भाषण करणारे, बोलणारे फारजण नसतात. अशा वेळी लोकांसमोर उठून काहीतरी बोलणाराही सन्माननीय ठरतो. प्राध्यापक असणाऱ्यांना तर जगातल्या कुठल्याही विषयावर बोलण्याचा परवानाच असतो. अशा कार्यक्रमाकडे एक अनुभव म्हणूनच बघायला हवं.

असाच एक शेजारच्या खेडेगावातल्या नव्याने उघडणाऱ्या ग्रंथालयाचा कार्यक्रम. मित्र आणि मी कार्यक्रमाला निघालो. कार्यक्रम संध्याकाळी सात वाजता म्हणून आम्ही वेळेत पोहचण्याच्या हिशोबाने निघालो. वेळेत पोहचलोही. अजून तर कार्यक्रम स्थळी एक-दोघांशिवाय कुणीही नव्हतं. कार्यक्रम रद्द झाला असावा असं वातावरण. सात वाजून गेल्यानंतर एकेकजण येऊ लागला. दरम्यान आम्हाला दोन-तीन घरी आग्रहाने चहापाण्याला नेण्यात आलं. आता चांगलं अंधारून आलं होतं. साडेआठ वाजले होते. एक ट्युब व एका पेट्रोमॅक्सच्या प्रकाशयोजनेत कार्यक्रम सुरू होण्याचं चिन्ह दिसू लागलं. शेवटी सव्वानऊ वाजता एकदाचा कार्यक्रम सुरू झाला. स्वागत समारंभच अर्धा तास सुरू होता. तेच आठ-दहा हार पुन्हा परतून वेगवेगळ्या गावकऱ्याच्या गळ्यात पडू लागले. उपस्थितांपैकी हार गळ्यात पडला नाही असे फार कमी लोक राहिले. नंतर सरपंचांचं लांबलचक भाषण. मधेच कुठल्या तरी स्थानिक पुढाऱ्याचा सत्कार राहिला, म्हणून थोडा गदारोळ. मग कार्यक्रम थांबवून राहिलेल्या उपेक्षित दोघांचा सत्कार. म्हणजे तेच हार नव्याने. खूप ओव्हर्स टाकलेल्या लेदर बॉलची शिवण उसवून जावी तशी गळ्यात पडून पडून या हारांची झालेली अवस्था. गावातल्या शाळेतील शिक्षकानेही हक्क दाखवत दोन मिनिटं म्हणून बराच वेळ भाषणकला दाखवली. शेरोशायरी

सांगणाऱ्या निवेदकाने रात्री अकरा वाजता 'आता आपल्यासमोर येत आहेत शब्दप्रभू...' अशी उद्घोषणा केली. तेव्हा कुठे आम्हाला बोलण्याची संधी देण्यात आली. तेव्हा झोपेला आलेले गावकरी काढता पाय घेत होते. म्हणून आम्ही ग्रंथालयाला शुभेच्छा देऊन खाली बसलो. नंतर एका शेतात दालबाटीच्या जेवणाचा कार्यक्रम. जेवण उरकून आम्ही परत निघालो तेव्हा रात्रीचा एक वाजलेला होता. मित्राने आमच्या कॉलनीत मला आणून सोडलं आणि तो घरी गेला. रात्रीचे पावणेदोन वाजलेले. मुख्य रस्त्यापासून तीन-चार मिनिटं आत पायी जावं लागायचं. मी निघालो. रात्र पेंगुळलेली. दूरवर कुठे तरी कुत्र्यांच्या भुंकण्याचा आवाज. बसस्थानकावरची स्पष्ट ऐकू येणारी उद्घोषणा. तेवढ्यात काठी आपटण्याचा आवाज. पाठोपाठ शिट्टी. काठीचा आवाज जवळ येऊ लागला. डोक्याला नेपाळी टोपी, हातात टॉर्च, काठी असा गुरखा समोर उभा राहिला. खांबाच्या लाइटखाली तो उभा. खांबावरच्या लाइटचा प्रकाश त्याच्यावरून निथळतोय. त्याने मला हटकलं. 'कहाँ जाते हो' त्याच्या प्रश्नाचं उत्तर देण्याऐवजी मी त्याच्याकडे पाहतच राहिलो. आवाजात जरब होती. एकतर हा गस्त घालणारा गुरखा नवीन होता. जुना गुरखा गावाकडे निघून गेला आणि त्याच्या जागी हा नवा फिरू लागला. त्यामुळे त्याची माझी ओळख नसावी. रात्री-अपरात्री फिरणाऱ्यांना हटकणं त्याचं कामच होतं. मीही माझ्या घराकडे निर्देश करत ओळख दिली. त्यालाही ती पटली. हा गुरखा म्हणजे कुठल्याही हिंदी सिनेमाच्या सेटवर हिरो म्हणून उभं करावा असा देखणा. त्याला सहज छेडलं, 'ये डंडा लेके इधर क्या घुमते हो, तुम्हे तो फिल्मो में जाना चाहिये.' तो जरा लाजला, 'नही शाबजी. हमको कोन फिलीम में लेगा.' त्याला अभिनय येत होता की नाही माहीत नाही. पण जाहिरातीत मॉडेल म्हणून तो यशस्वी झाला असता. त्याचा बोलका चेहरा, त्याचं रूपवान असणं मला विचित्र वाटू लागलं. कारण सौंदर्य ही सापेक्ष गोष्ट आहे. तिची तुलना झाली पाहिजे. तिला दाद मिळाली पाहिजे. हा रूपवान तरुण पेशाने गुरखा होता. रात्री सगळे झोपल्यावर अंधारात रखवालीसाठी हा बाहेर पडणार. मग या रूपाला पाहणार कोण ? आपण नवा ड्रेस घातला आणि कोणीच नोंद घेतली नाही तर वाईट वाटतं. याउलट नव्या ड्रेसची तारीफ झाली तर पैसे वसूल होतात.

पुढे काही दिवस हिरोची भेट झाली नाही. अचानक एके दिवशी दुपारी तो घरी आला. दिल्लीतल्या नातेवाइकांसाठी त्याला पैसे पाठवायचे होते. मनिऑर्डर

फार्म भरून घेण्यासाठी तो आला होता. फॉर्म भरला. चहा झाला. तरी तो घुटमळत होता. त्याला काहीतरी सांगायचं होतं. त्याचा संकोच लक्षात घेऊन मीच बोललो, 'कुछ कहना चाहते हो ?' या प्रश्नाचा आधार घेत तो बोलू लागला. 'शाबजी, फिलम में हम जा सकता क्या ?' हा प्रश्न विचारताना त्याच्या निळसर झाक असणाऱ्या डोळ्यांत चमक होती. भुऱ्या रंगाचे लांब केस गोऱ्या चेहऱ्यावर अधिकच उठून दिसत होते. पॉलिथिनच्या कव्हरमध्ये व्यवस्थित आणलेले त्याचे फोटो त्याने दाखवले. हिरो स्टाइलचे वेगवेगळ्या पोजमधले फोटो मी पाहत राहिलो. फोटोवरून हिरो बनण्याचा विचार त्याच्याही मनात रेंगाळत होता असं वाटलं. तो बरंच काही सांगत राहिला. त्याच्या रूपाची त्यालाही जाणीव होती. एवढंच काय, रात्रभर जागरण झाल्यावरही तो सकाळी व्यायाम करायचा. लहानपणी गावातल्या नाटकात त्यानं छोटं कामही केलेलं होतं. त्याच्या भाषेतील गाणी म्हणायचा. काही हिंदी गाणीही त्याला पाठ होती. घरी मुलखाचं दारिद्र्य. पोटासाठी अंधारात काठी आपटत फिरावं लागलं. अंधाराची सवय झाली. दिवसाउजेडीही डोळ्यासमोर अंधार झाला. पुढे तीनेक महिन्यांनी भेटला. दरम्यान मराठी फिल्म इंडस्ट्रीत माझे काही मित्र आहेत असं त्याला कोणीतरी सांगितलं होतं. खरंतर या इंडस्ट्रीत प्रचंड संघर्ष करणाऱ्या मित्रांची परिस्थिती मला माहीत होती. या अंधारातल्या हिरोला मीच खरं ओळखलंय अशी त्याची भावना झालेली. त्यामुळे त्याने पुन्हा फिल्मचा विषय काढला. सोबत पॉलिथिनमध्ये गुंडाळलेले फोटो होतेच. अंधारातून प्रकाशात येऊ पाहणाऱ्या त्याच्यातील अभिनेत्यासाठी मी काय करू शकत होतो ? शेवटी या क्षेत्रातील संघर्ष, स्पर्धा, अडचणी, तपश्चर्या असं काय काय सांगण्याचा प्रयत्न केला. तो थोडासा नाराज झाला.

काठी आपटण्याचे, शिट्टीचे आवाज येत राहिले. पण त्याची भेट झाली नाही. चार-पाच महिने गेले. एक दिवस पैसे मागायला आलेला नवीनच गुरखा दिसला. मला आश्चर्य वाटलं. मी त्याला आपल्या हिरोबद्दल विचारलं. त्यानं सांगितलं, 'शाबजी ओ तो बम्बई चला गया. अब उधऱ्ही काम करेगा!' त्याचं असं अचानक मुंबईला निघून जाणं सूचक होतं. मी सांगितलेला त्याचा भाषेचा प्रश्न, इतरांच्या खडतर संघर्षकथा त्याला नकारात्मक वाटल्या असतील. म्हणून जाताना मला भेटणं त्यानं टाळलं असावं. या घटनेलाही आता आठेक वर्षं झालीत. इंडस्ट्रीतला संघर्ष मी त्याच्या समोर आळवला असला तरी अशा संघर्षातून

पुढे आलेल्या यशोगाथा मला माहीत आहेत. त्यामुळे नवा सिनेमा पाहत असताना नकळत या अंधारातल्या हिरोला शोधत असतो. काय सांगावं, एखाद वेळी निळसर डोळ्यांचा हा हिरो नायिकेसोबत पडद्यावर थिरकतानाही दिसेल. नाही तरी, गौतम हलधर या ताकदीच्या बंगाली नटाला मी अचानक रंगमंचावर पाहिलं होतं. या प्रकाशातल्या नटामुळे एक अंधारातला नट लख्ख दिसला. नट प्रकाशातला असो का अंधारातला असो; त्याच्यातील तडफ जीवघेणी असते. नाट्यगृहात प्रेक्षकातून गायब झालेला प्रकाश अशा अंधारातल्या नटावर निथळायला हवा.

■■

सीमेवरचं नाटक

घोळक्याघोळक्यांनी लोक निघालेत. त्यांना साधायची आहे संध्याकाळची वेळ. पुरुष, बायका, म्हातारे, तरुण, लेकरं असे जथ्थे आतुर झालेले. या गर्दीला सोल्जरांकडून जागोजागी अडवलं जातंय. सुरक्षेच्या कारणाने तपासलं जातंय. भोवताली सगळं तणावग्रस्त वातावरण. जागोजागी बंदूक रोखून सोल्जर पहारा देताहेत. रंगीबेरंगी माणसांनी प्रशस्त रस्ता भरून गेलाय. गर्दीत हिंदीशिवाय तेलगू, तामीळ, गुजराती, बंगाली, पंजाबी, मराठी अशा अनेक भारतीय भाषा कानावर पडताहेत. परदेशी पाहुण्यांचीही शांत, संयत उपस्थिती आहे.

रस्ता कधी संपत नसतो. एकतर पाय थकतात किंवा प्रवासाचा ठेपा आलेला असतो. तसाच हा गर्दीने ओसंडून वाहणारा आतुर रस्ता थांबला. समोर एका भव्य गेटने रस्त्यावरच्या पावलांना मज्जाव केला... म्हणजे पुढे जायला बंदी होती. कारण तो प्रदेश आपला नव्हता. स्पष्टच सांगायचं तर तो प्रदेश पारंपरिक शत्रूचा होता. मग एवढ्या संख्येने हे लोक शत्रूच्या प्रदेशावर चालून तर जात नव्हते? छे! छे! ही सारी पापभिरू पर्यटक माणसं. काठावरून पूर पाहताना घाबरणारी. पण अशा माणसांतील देशभक्ती जागी केली जातेय. हिंदुस्थानचा जयघोष पुकारून वातावरणात जोश आणला जातोय. बुलंद आवाजाचा एकजण कर्ण्यातून त्यासाठी आवाहन करतोय. त्याच्या घुमणाऱ्या 'हिंदुस्थान...' अशा सादाला आतुर लोकांचा समूह 'जिंदाऽऽबाद' असा प्रतिसाद देतोय. यातच वातावरणाला कापत येणाऱ्या खड्या सैनिकी आवाजात 'परेऽऽड' घुमू लागते. सगळं वातावरण भारून जातं. आता गर्दी गेटजवळच्या मोकळ्या जागेत स्थानापन्न होतेय. तिथे प्रेक्षकांसाठी गॅलरी उभारलेल्या. व्हीआयपींसाठी खुर्च्या टाकलेल्या. खचाखच भरलेल्या या स्टेडियमवर गेल्या अनेक वर्षांपासून ही परेड होत असते. वाघा बॉर्डरवर होणारा हा सोहळा पर्यटकांना आकर्षून घेतो.

ज्यांनी ही परेड स्वत: पाहिलेली आहे त्यांनी हा 'तयार केलेला' थरार अनुभवलेला असतो. पण ज्यांनी ही परेड प्रत्यक्ष पाहिली नसेल त्यांनी टीव्हीवरची फेविक्विकची 'तोडो नही, जोडो' ही जाहिरात आठवावी. पाकिस्तानी आणि भारतीय सैनिक त्वेषाने परेडच्या नावाखाली दणादण पाय आपटताहेत. नेमकं पाकिस्तानी सैनिकाच्या बुटाचं सोल निघतं. (ही जाहिरात पाकिस्तानात दाखवायची असेल तर भारतीय सैनिकाच्या बुटाचं सोल निघेल.) भारतीय सैनिक परेड सुरू असताना त्याला फेविक्विक देतो. पाकिस्तानी सैनिकाच्या बुटाचं सोल जोडलं जातं. पार्श्वभूमीवर 'तोडो नाही, जोडो' असा संदेश झळकतो. ही जाहिरात या वाघा बॉर्डरच्या परेडवरच आधारित आहे. खरंतर दुश्मनी उगाळत बसण्यापेक्षा दोस्तीसाठी हात पुढे करणं हे सर्वांच्याच हिताचं असतं. सौहार्द वाढवणं हाच या परेडचा मूळ हेतू असावा. आज मात्र या परेडला सीमेवरच्या नौटंकीचं स्वरूप आलेलं आहे. या परेडमधील हावभाव संघर्षाचा पवित्राच उजागर करतात. त्यामुळे दोन्ही देशांतील पारंपरिक खुन्नसच रोज आळवली जाते. गेटपलीकडचे पाकिस्तानी सैनिक आणि नागरिक दिसल्यावर तर 'हिंदुस्थान जिंदाबाद'चा नारा अधिकच चेकाळतो. गर्दीच्या देहबोलीत खुन्नस जाणवायला लागते. रेड्यांची टक्कर पाहताना जमलेल्या लोकांनी हवेत फेटे उडवावेत, टाळ्या वाजवाव्यात, तसं वातावरण तयार होतं.

एकमेकांच्या विरोधात असणाऱ्या दोन देशांत सौहार्दाने हात मिळविण्याचा खरंतर हा सोहळा; पण दृश्यरूपात मात्र खुन्नसच भरून राहिलेली. फेविक्विकच्या जाहिरातीतसुद्धा त्या सैनिकांचं अति पाय आपटणं त्रासदायक वाटतं. वाटलं, जाहिरातीत बुटाचं सोल काढायचं म्हणून जास्तीचे पाय आपटले असतील. पण प्रत्यक्षातही भयंकर पाय आपटण्याचा त्रासच होतो. त्या सैनिकांच्या चेहऱ्यावरचे भावही रौद्र आणि उग्रच आहेत. सैनिकी संचलनात पाय आपटण्याला वेगळा काही सिद्धतेचा अर्थ असेल, पण दिसताना मात्र आपल्याला ठळक क्रोध किंवा बदलाच जाणवत राहतो. आधी ही परेड साध्या स्वरूपात होत असणार... पण जसजसा 'टीआरपी' वाढत गेला तसतसं त्याला एक उत्सवी स्वरूप येत गेलं असावं. दोन बाजू दोन पक्ष. दोन देश. 'हिंदुस्थान जिंदाबाद', 'पाकिस्तान जिंदाबाद' अशा दोन घोषणा. हिरवा आणि तिरंगा असे दोन रंग. एका गेटवर महात्मा गांधी, तर दुसऱ्या गेटवर बॅ. जीना असे दोन फोटो. या पार्श्वभूमीवर एकमेकांविरुद्ध चीत्कारणारे दोन समूह. यांत रोज टक्कर घडवली जाते. WWF मधल्या मारामाऱ्या

जशा पूर्वनियोजित असतात, तशीच ही देशभक्तीची टक्करही ठरवल्यासारखी! सौहार्दाच्या नावाखाली दररोज साजरी होणारी ही खुन्नस न पटण्यासारखीच. दहशतवादाला आश्रय देणाऱ्या, रोज कुरापती काढणाऱ्या, सीमेवरच्या निरपराध लोकांवर गोळीबार करणाऱ्या, भारतात बॉम्बस्फोट घडवून आणणाऱ्या पाकिस्तानचं समर्थन करताच येणार नाही. पण याचा अर्थ हा राग रोज 'साजरा' करावा असा होत नाही. परेडच्या शेवटी पाकिस्तान आणि भारताचे सैनिक एकमेकांशी हस्तांदोलन करतात. हा क्षण त्या परेडचा अत्युच्च क्षण ठरायला हवा होता. पण याउलट रौद्र रस चेहऱ्यावर ओसंडताना सैनिक पाय आपटत एकमेकांना खुन्नस देतात तो क्षण लोकांना अधिकच भावतो. लोक त्या वेळी चेकाळतात. वरतून घोषणा देऊन लोकांना अधिक पेटवलं जातं. त्यामुळे ही परेड म्हणजे रेड्यांची टक्करच ठरते.

का कोण जाणे, पण ही परेड पाहताना लहानपणी पाहिलेली रेड्यांची टक्करच आठवत होती. रेडा हा तसा प्रमाण भाषेतला शब्द झाला. आमच्याकडे त्याला 'हलगट' असा शब्द वापरायचे. दिवाळीच्या वेळी गावाबाहेरच्या मोकळ्या जागेत या टकरी व्हायच्या. पंचक्रोशीतले रेडे टकरीसाठी येत. वर्षभर या रेड्यांना तयार केलं जाई. तुकतुकीत काळ्याशार रंगाचे सजवलेले हे रेडे उन्हात चमकायचे. या रेड्यांना वर्षभर भरपेट खुराक असे. नदीकाठच्या वाळूत पळवून त्यांच्या पायांतली मजबुती वाढवीत. टकरीच्या आदल्या रात्रभर तोंड वरती झाडाला बांधून ठेवलं जाई. पुंग्या, डफडं वाजवत हे वेगवेगळ्या गावचे रेडे मैदानात दाखल होत. पताका लावून सजलेल्या मैदानात लोक चेकाळलेले असत. लाऊडस्पीकरमधून रेड्यांबद्दल माहिती व इतर सूचना सुरू असत. कुणाचा रेडा जिंकतोय, यापेक्षा रेडे एकमेकांना भिडतानाचा थरार प्रेक्षकांना हवा असे. गावातले धुरीण फेटे बांधून मैदानात संयोजक म्हणून मिरवत असत. दोन रेडे विरुद्ध बाजूंनी येऊन एकमेकांना भिडत. या टकरीत जोश आणण्यासाठी 'डडंग डांगचिक.... डडंग डांगचिक' डफडं वाजायचं. (हे म्हणजे वाघा बॉर्डवर 'हिंदुस्थान जिंदाबाद' म्हणण्यासाठी जोरदार प्रोत्साहन देण्यासारखंच!) फुसफुसणारे दोन बलवान रेडे मग सर्वशक्तीनिशी भिडायचे. शिंगांत शिंगं अडकायची. शिंगांमुळे त्यांच्या पाठी रक्तबंबाळ व्हायच्या आणि लोक टाळ्या वाजवत असायचे. हरलेला रेडा वाट फुटेल तिकडं जिवाच्या आकांताने पळत सुटायचा. जिंकलेला रेडा त्याचा विजयी पाठलाग करायचा. बऱ्याचदा या धुमश्चक्रीत शेजारच्या शेतातल्या उभ्या पिकाची

नासाडी व्हायची. एकदा असाच हरलेला रेडा पळत सुटला आणि नेमका आम्हा लहान मुलांकडे आला. लाकडी कठडा रोवलेला होता, पण बेभान रेड्यांना कठडा तोडायला फार वेळ लागला नसता. आम्ही पोरं चिरडलोच असतो. पण काही कळायच्या आतच मैदानातील फेटेधारी माणसांनी धावाधाव केली आणि त्या रेड्याला हुसकून लावलं. तेव्हा त्या रेड्याची शिंगांमुळे चिरलेली पाठ आणि काळ्याशार पाठीतून ओघळणारं रक्त मी पाहिलं होतं. मालकाच्या प्रतिष्ठेसाठी रक्तबंबाळ होणारे रेडे काय, किंवा देशाच्या सन्मानार्थ पाय आपटणारे सैनिक काय, दोघेही असहायच वाटतात. आपला खेळ होतो आणि त्यांचा जीव जातो.

आज या परेडच्या टकरीत कुणीही कुणाला दृश्य स्वरूपात रक्तबंबाळ केलेलं नव्हतं. पण वेळोवेळी सीमेवर, बॉम्बस्फोटांत, युद्धात सांडणाऱ्या रक्ताचा गंध या परेडला आहे. जसा भारत-पाकिस्तान क्रिकेटचा सामना फक्त क्रिकेटचा कधीच नसतो. ही साप-मुंगुसाची झुंज पाहायला जग उत्सुक असतं. आमच्यातली दुश्मनी जुनाट रोगासारखी घर करून आहेच. कधी आम्ही समझोता करायचा प्रयत्न केलाच तर अनेक संधिसाधू महाशक्ती डफडं वाजवून पुन्हा टक्कर लावून देतात. त्यामुळे थंडी-ऊन-वाऱ्यात सीमेचं रक्षण करताना सैनिकासोबत मृत्यू असतो. वास्तविक वाघा बॉर्डरवरच्या कुंपणापलीकडचा गहूही अलीकडच्या गव्हासारखाच आहे. भारतीय गेटजवळच्या पिंपळावरचे पक्षी पाकिस्तानाच्या आभाळात जाताना मी पाहिले. या पिंपळाच्या मुळ्या जमिनीखालून पाकिस्तानाच्या मातीतलं पाणी शोषत असणारच. जमिनीवर महाकाय तारांनी अधोरेखित झालेल्या सीमारेषेसारखी कुठलीच रेषा आभाळात दिसत नव्हती. दोन्ही बाजूंच्या घोषणा वेगळ्या होत्या, पण दोन्हीकडच्या माणसांत माणूस म्हणून काहीच फरक नव्हता. तरीही या दोन गेटच्या उघडझापीच्या साक्षीने हे परेडचं नाटक रोज रंगवलं जातं. याला कारण तो आता एक 'इव्हेंट' झालाय. दुकानं बहरलीत. रोज एक जत्रा भरते. पाय आपटत झेंडा चढवण्याचा, उतरवण्याचा 'शो' लोक पाहतात. सैनिकांबरोबर सेल्फी काढतात. जोरजोरात घोषणा देऊन थकतात. मग तिथे थाटलेल्या हॉटेलांतून भरपेट फास्टफूड चापतात. आइस्क्रीम फस्त करतात. फ्लॅश चमकवत फोटो काढतात. रंगलेलं नाटक संपतं. नंतरचं रिकामं प्रेक्षागृह भयाण असतं. इथेही अंधार भरून येताना बॉर्डर सैनिकांच्या हवाली करून लोक सुरक्षित आरामदायी स्थळी जायला निघतात.

■■

अरं... येऊऽऽन येऊऽऽन येणार कोण ?

दिल्लीतल्या असोत की गल्लीतल्या, निवडणुका म्हणजे दर पाच वर्षांनी भरणारी जत्रा. पुंग्या, पिपाण्या, डमरू, भिरभिरे, आकाशपाळणे, कुस्त्या, मौत का कुआ, धिंगाणा, वेगवेगळी दुकानं, रंगीत चष्मे, खेळणी, भंडारा, गोडी शेव, खारी शेव असं खूप काही. या जत्रेत कोण कशासाठी आलाय, ते माहीत नाही; पण प्रत्येकाला जत्रेची मजा लुटायचीय. अशी जत्रा नुकतीच आमच्याकडे संपलीय. आभाळात उधळलेले भगवे, हिरवे, निळे, पिवळे, काळे रंग आता खाली बसलेत. आभाळ थोडं स्वच्छ झालंय. झाकून ठेवलेले हत्ती, कमळ, पंजा, घड्याळ, पतंग पुन्हा एकदा दिसू लागलेत. गुदमरल्यामुळे त्यांचा कोंडलेला श्वास आता मोकळा झालाय.

एकदाचा निकाल लागला. निवडणुकीच्या आधी प्रत्येकानेच बहुमताचा दावा केलेला होता. काहीजणांनी भविष्यवाणीसोबत आकडेवारीच मांडली. काहींनी निकालानंतरच आमचा चमत्कार दिसेल, असा विश्वास पाजळला होता. निकालानंतर आता थकले-भागलेले आपल्या पानिपताचं बेमालूम समर्थन करताहेत. अभ्यासकांनी, पत्रपंडितांनी अनेक संदर्भांना लोंबकळत कयास मांडले. कल सांगितले. चर्चा झडल्या. जाहीरपणे एकमेकांविरुद्ध गुरगुरणारे, पण रात्रीच्या अंधारात गुपचूप भेटणारे आज उघडपणे एकमेकांना भेटू लागलेत. लग्नात रुसलेल्या नवरदेवाची समजूत काढावी तसं बंडखोरांना समजावलं तरी बंडखोरी झालीच. शेवटी मग भटकलेल्या विजयी उमेदवाराला पुन्हा आपल्या राहुटीत खेचू लागले. आकडेमोड झाली. सांधेजोड झाली. देश-राज्याप्रमाणे शहरात पुन्हा एकदा नवं सरकार स्थानापन्न झालं. बायका, पोरं, पाव्हणेरावळे विजयात न्हाऊन निघाले. तापलेल्या डांबरी रस्त्यावर उभे राहून घसा कोरडा पडेपर्यंत कार्यकर्त्यांनी दिलेली घोषणा वास्तवात उतरली. 'अरं... येऊऽऽन येऊऽऽन, येणार कोण ? साहेबाशिवाय दुसरं कोण!'

निवडणूक कोणतीही असू द्यात; निवडून येणारे 'साहेब' ठरलेले असतात.

कारण या निवडून येणाऱ्यांना या निवडणुकांचं मर्म कळलेलं असतं. शिवाय सोशीक भारतीय मतदार आताशा निराशही झालाय. 'कोणीही निवडून आलं तरी आपल्या जिंदगीत काय फरक पडणारेय?' अशी थकलेली निराशा बऱ्याचदा ऐकायला मिळते. त्यामुळे एखाद्या राजकीय पक्षाची सत्तेवर मांड बसली, की तो बराच काळ सत्तेत राहू शकतो. फक्त त्यासाठी लोकांना झुलवत ठेवू शकणारा एखादा घरंदाज किंवा वलयांकित नेता हवा. एखादी भुरळ पाडणारी घोषणा हवी. कित्येक वर्षं 'गरिबी हटाव' या घोषणेच्या भोवती मतदार झुलत राहिले. पुन्हा पुन्हा ही घोषणा सत्तेच्या घुमटात घुमत राहिली. 'गरिबी हटाव'ची रेकॉर्ड प्लेअर घासून घासून नीट काही ऐकूच येईना तेव्हा नवीन घोषणेचा जन्म झाला.. 'अच्छे दिन आयेंगे!' कुणाची गरिबी कोण हटवणार, हे जसं कळलं नाही, तसंच नेमके कुणाचे अच्छे दिन येणार, हेही कळत नाही.

जुनी चिन्हं, जुन्या घोषणा, जुने नेते, जुनी तत्त्वं जुनाट झाली. 'नांगरधारी शेतकरी', 'विळा-हातोडा', 'गाय वासरू... नका विसरू', 'अंधेरे में एक प्रकाश... जयप्रकाश, जयप्रकाश', 'शेतकऱ्याचा गाडा... दिल्लीला धाडा' असलं राजकारण इतिहासजमा झालं. नव्या चिन्हांसोबत नवी प्रणाली आली. फार जुनी गोष्ट नाही. तीसेक वर्षांपूर्वी अशा जत्रेत आम्ही पोरं सामील होत होतो. शाळकरी वय. राजकारणाचं आकलन होतं असं नाही. गावात हत्ती आला तरी त्या हत्तीमागे फिरणारी आम्ही पोरं निवडणुकीमागे फिरू लागलो. आमच्या छोट्या गावात शेतकरी कामगार पक्षाचं भारलेलं वातावरण होतं. मला आठवतंय, त्या वेळी खासदारकीसाठी शेतकरी कामगार पक्षातर्फे भाई केशवराव धोंडगे उभे होते. त्यांची निशाणी होती बैलगाडी. आम्ही पोरं जोरजोरात घोषणा द्यायचो...'धोंडग्याचा गाडा... दिल्लीला धाडा!' गावात आलेल्या जीपच्या मागे फिरणं, सभांना हजर राहणं, घरावर, सायकलवर झेंडा लावणं, शर्टाला बिल्ला लावणं, माइकवर घोषणा देणं... एवढंच काय, पण त्या वेळी मी गावोगावच्या नातेवाइकांना पोस्टकार्ड लिहिली होती. विदर्भातल्या यवतमाळ जिल्ह्यात राहणाऱ्या बहिणीला पत्र लिहून मी 'भाई धोंडगे यांनाच मतदान कर,' असा आग्रह केल्याचंही मला आठवतंय. भाई धोंडगे मराठवाड्यातील लोकसभा मतदारसंघातून उभे, त्यांना यवतमाळमध्ये कसं मतदान करता येईल? या सर्व आकलनाशिवायचं ते भारलेपण होतं. अर्थात या भारलेपणामागे कुठलाही स्वार्थ नव्हता. याउलट आताच्या निवडणुकांत प्रत्येकाचा स्वार्थ लाळेसारखा

टपकत राहतो. स्वयंस्फूर्त काहीच नाही. उभ्या असलेल्या उमेदवाराचे स्वत:च्या पक्षाप्रति इमान असेलच असं नाही.

ओळखीचे एक कामगार आहेत. बांधकामावर गवंड्याच्या हाताखाली कामाला जातात. दोन-तीनशे रुपये रोज मिळतो. पण या जत्रेच्या पंधरा दिवसांत या मामांनी कामाला बुट्टी मारली. प्रचारफेरीत, पदयात्रेत फिरू लागले. रोज गळ्यात वेगळ्या रंगाचा रुमाल, हातात वेगळा झेंडा, खाऊन-पिऊन रात्री पाचशेची नोट घट्ट! असे कार्यकर्ते पुरवणारे ठेकेदारही आहेत. आणि रोड शोला, प्रचारफेरीला मिळालेल्या अलोट प्रतिसादाच्या फोटोसकट बातम्या आम्ही चवीने वाचतो. शेकड्यांत-हजारांत लाच घेताना पकडल्या गेल्याच्या बातम्या येतात; पण कोट्यवधीचे काळे व्यवहार बिनबोभाट होतात. तसं या गरीब माणसाने दोन-तीनशे रुपयांसाठी गर्दीतलं एक डोकं होणं स्वीकारलं, याची आपण चर्चा करतो. पण ही व्यवस्थाच विकत घ्यायला बसलेल्यांबद्दल कुणीच काही बोलत नाही. चाळीस चाळीस वर्षं एखाद्या पक्षात काम करणारा, सत्ता उपभोगणारा नेता अचानक पक्ष सोडतो. एका क्षणात त्याचा पक्ष, भाषा, घोषणा, श्रद्धास्थानं बदलून जातात. विशेष म्हणजे असा पक्षांतरवाला निवडूनही येतो. तेव्हा 'पक्ष' नावाची गोष्ट बिनमहत्त्वाची ठरते. याउलट, एखादा टिनपाट माणूस चलती असलेल्या पक्षामुळे निवडून येतो तेव्हा आश्चर्य वाटतं. पण अशा आयाराम गयारामांमुळे निष्ठावंत कार्यकर्त्यांची गोची होते. त्यामुळे अशा निष्ठावंत कार्यकर्त्यांची संख्या सध्या वाघ-सिंहाच्या संख्येसारखी झाली आहे. प्रामाणिक, निष्ठावान कार्यकर्त्याला आता संरक्षित प्राणी म्हणून घोषित करण्याची वेळ आलेली आहे. एका राष्ट्रीय पक्षाचे निष्ठावान कार्यकर्ते परिचयाचे झालेत. आपुलकीने बोलणं, मदतीला धावून जाणं यामुळे त्यांचा जनसंपर्क दांडगा आहे. पक्षविचाराच्या वर जाऊन त्यांचा वैयक्तिक संपर्क आहे. तीसेक वर्षांपासून राजकारणात राहूनही साधी राहणी, विधायक विचार, एका जुनाट स्कूटरवर फिरणारे, तीन खोल्यांचं जुनं घर. लोकांशी रस्त्यात थांबून बोलणं, त्यांच्या अडीअडचणी समजून घेणं. अशा या निष्ठावान ज्येष्ठ कार्यकर्त्याच्या पायाला हात लावून अनेकजण नगरसेवक झाले. किलोभर सोनं अंगावर घालून ते नव्याकोऱ्या गाड्या उडवतात. पण या निष्ठावान कार्यकर्त्याची सेवा ढळली नाही.

निवडणुकीच्या आधी रस्त्यात या निष्ठावान कार्यकर्त्याची भेट झाली. त्यांच्या पक्षाला यांचा जनसंपर्क पाहून जाग आली. त्यांना पक्षातर्फे तिकीट द्यायचं ठरलं.

यांची आर्थिक परिस्थिती जेमतेमच. पण लोकांचा जोरदार पाठिंबा. 'कामाला लागा' असा पक्षादेश असल्यामुळे हे निष्ठावान घरोघर फिरू लागले. आमच्या शेजारच्या वार्डात ते उभे राहणार होते. तरीही आमच्याशी भेटी सुरूच होत्या. खरंतर निवडणुका आल्या म्हणून भेटणाऱ्या, पाया पडणाऱ्या प्रकारातले ते कार्यकर्ते नव्हते. एरवीही कामातून त्यांचा प्रभाव होता. यांच्यामुळे एक चांगला नगरसेवक महापालिकेत जाणार होता. कुठे खुट्ट वाजलं माहीत नाही, पण ऐनवेळी तिकीट मात्र दुसऱ्याच लक्ष्मीपतीला मिळालं. सगळ्यांना वाईट वाटलं. तरीही हे निष्ठा म्हणून शांत होते. वार्डातल्या लोकांच्या रेट्यामुळे अपक्ष म्हणून त्यांना उभं राहावं लागलं. प्रचार सुरू झाला. वातावरण तयार झालं. या वार्डातला निकाल या निष्ठावान कार्यकर्त्यांच्या बाजूने लागणार, असं लोक उघड बोलू लागले. भोवतालच्या झगमगाटात जुनाट स्कूटरवर फिरणारा हा तळमळीचा कार्यकर्ता लोकांना आवडू लागला. विशेष म्हणजे ऐनवेळी तिकीट नाकारणारा पक्ष या निष्ठावानाशी (म्हणजे आताच्या बंडखोराशी) संपर्क ठेवून होता. पुन्हा एकदा रात्रीतून चक्रं फिरली. निष्ठावान कार्यकर्त्याचा पराभव झाला. परवा थकल्याभागल्या स्कूटरला घेऊन ते गॅरेजवाल्याकडे बसले होते. स्कूटरवर अजून स्टिकर तसंच होतं. गप्पा झाल्या. मनातून ते दुखावले होते. आजच्या राजकारणात निवडून येण्यासाठी प्रभावी जात आणि प्रचंड पैसा हवा असा त्यांचा निष्कर्ष होता. या निष्कर्षात तथ्यही दिसतं. निवडून आलेल्या नगरसेवकांत कोट्यधीश असणारे, नावावर गुन्हे असणारे सर्वत्र दिसतात. जेलमधल्या गुंडाला निवडून देण्यात आम्हाला 'थ्रिल' वाटतं. विकासापेक्षा भावनिक आवाहन आम्हाला उत्तेजित करतं. विचार, तत्त्वं, निष्ठा हास्यास्पद ठरतात. म्हणून पराभूत होणाऱ्यांमध्ये डॉ. बाबासाहेब आंबेडकर ते मधु दंडवतेपर्यंत मोठी यादी आहे.

बरं, लोकांना काय हवं असतं? त्यांच्या मागण्या तरी काय असतात? तर स्वच्छ, पुरेसं पाणी, चांगले रस्ते, ड्रेनेजची बिनबोभाट व्यवस्था. याला काय मागण्या म्हणायच्या? या तर प्राथमिक गरजा आहेत. पण यासाठीच दरवेळी लोकांना झुलवलं जातं. पवित्र दान म्हणून मतदान करणाऱ्याला भ्रमनिरासाचं 'रिटर्न गिफ्ट' दिलं जातं. आपण पोरकट ठरतो. भाबडे ठरतो. तोच कबुलीजबाब आपण देत राहतो.

आई मारेल या भीतीनं
रस्त्यातल्या अंधारात हरवलेली
चार आण्याची बंदी
तळमळून शोधणाऱ्या मुलाप्रमाणं
झेंड्याच्या रंगात
इंद्रधनुष्य शोधणाऱ्यांचे
चेहरे वाटतात मला

संध्याकाळी फिरताना
बर्फ टाकलेल्या ग्लासभर
उसाच्या रसासाठी
ऐन रस्त्यात हट्ट धरावा
तशा आपल्या
पोरकट मागण्या असतात
ते आपल्याला
इंद्रधनुच्या आमिषाने
दर पाच वर्षांनी
उसाच्या चरकात घालतात,
मुसमुसलेल्या उसाचं चिरडणं
दुर्लक्षित करून
दिवसाचं चाक बेभान फिरत असतं.

■■

मरणगंध

एक जातक कथा आहे. एका स्त्रीचं मूल मरण पावतं. ती प्रचंड दु:खी होते. अन्न-पाण्याचा त्याग करते. कुटुंबातले लोक परेशान होतात. तिला समजावतात. ती कुणाचंच ऐकत नाही. दरम्यान, गावात बुद्ध आल्याची बातमी येते. बुद्धांना भेटण्याचा तिला एकजण सल्ला देतो. ती शोकाकुल माता बुद्धांना भेटते. बुद्ध तिचं दु:ख समजून घेतात. तिच्या दु:खाचं निवारण करण्यासाठी शब्द देतात. पण बुद्धांची त्यासाठी एक अट असते. दु:खाने बेभान झालेल्या त्या मातेला कसलीही अट मान्य असते. बुद्धांना गावातल्या तीन घरांतून भिक्षा हवी असते. गावातील शेकडो घरांपैकी फक्त तीन घरांतून भिक्षा मिळणं काही अवघड नव्हतं. फक्त ज्या घरातून भिक्षा घ्यायची आहे त्या घरात पूर्वी कधीच मृत्यू झालेला असता कामा नये, अशी ती अट होती. ती शोकाकुल माता दारोदार जाऊन चौकशी करते. पण आतापर्यंत मृत्यूच झालेला नाही असं एकही घर गावात सापडत नाही. सगळा गाव फिरून झाल्यावर त्या मातेला मृत्यूची अटळता लक्षात येते.

ही छोटीशी कथा वाचायला मस्त आहे. त्यातला बोधही थेट पोहचतो. सर्व काही कळतं, पण वळत नाही. अपरिहार्य पूर्णविराम म्हणून मृत्यूला कितीही समजून घेतलं तरी मृत्यूला सहज सामोरं जाता येत नाही. त्यात पुन्हा मरण पावलेल्या व्यक्तीशी आपलं जोडलेलं असणं अधिकच त्रासदायक ठरतं. तसं पाहिलं तर मरण ही भोवताली कुठे ना कुठे घडणारी नित्याची घटना आहे. नित्याची आहे म्हणून कंटाळवाणी मात्र नाही. मरणाएवढं रसरशीत आणि प्रयोगशील अजून काहीच असू शकत नाही. मरण म्हणजे तांत्रिक अर्थाने श्वास थांबणं असं असलं तरी या श्वास थांबण्याच्या तऱ्हा नित्य नव्या आहेत. त्याची कारणं कल्पनेकडची आहेत. प्रत्येकाच्या बोटांचे ठसे वेगळे, तशी प्रत्येकाच्या मरण्याची तऱ्हा वेगळी.

मरणाचासुद्धा गंध असतो. जुन्या काळात जेव्हा पत्रं लिहिली जायची. तेव्हा

एकदा गल्लीतल्या पारावर धप्पाकुट्टी खेळताना बद्रोद्दीन पोस्टमनने माझ्या हातात एक पत्र दिलं. स्वत:ची चक्कर वाचवण्यासाठी बद्रोद्दीन बऱ्याचदा आमचं पत्र रस्त्यातच माझ्याकडे द्यायचे. गंमत म्हणजे त्या दिवशी दिलेलं पोस्टकार्ड लाल शाईने लिहिलेलं होतं. पत्र घेऊन घरी गेलो. ओसरीवर धान्य पाखडणाऱ्या आईने लाल अक्षरातलं ते पत्र पाहिलं. तिचा चेहरा गंभीर झाला. तिने हातातलं काम बाजूला ठेवून मला पोस्टकार्ड वाचायला लावलं. मजकुरातून एक मरण उजागर झालं. घरातलं वातावरण बदललं. काही दिवसांपूर्वी तो मृत्यू झालेला होता. पण अंतराला, काळाला छेदून पत्रातल्या लाल अक्षरांशी बांधलेला मरणगंध घरभर पसरला. असाच एक प्रकार म्हणजे त्या वेळी गावात भीमराव देसायांकडे एकमेव टेलिफोन. हे देसाई मोठे जमीनदार. कधीतरी देसायांकडचा नोकर एखाद्या घरी 'तुमचा फोन आलाय' असा निरोप द्यायचा आणि त्या घरात रडारड सुरू व्हायची. कारण कुणीतरी मेल्याशिवाय किंवा मरणपंथाला असल्याशिवाय फोन यायचा नाही. आज अशी परिस्थिती नाही. पण मरणाची बातमी आजही येऊन धडकतेच. मन सुन्न करते.

परवा सकाळी नेहमीप्रमाणे वर्तमानपत्र उघडलं. तरुण कवयित्री, पत्रकार प्रियंका डहाळेच्या मृत्यूची बातमी वाचावी लागली. सुन्न झालो. स्वत:चं वैवाहिक आयुष्य सुरू करण्याच्या तयारीत असलेली ही क्रिएटिव्ह पोरगी. उत्साहात खरेदी करून स्वत:च्या साखरपुड्यासाठी मुंबईहून गावाकडे निघते. घरी पोहचायला फक्त पंधरा मिनिटं बाकी असताना तिची गाडी वाळूच्या ट्रकला धडकते... आणि एक प्रवास कायमचा थांबतो. त्या क्षणी कितीतरी न लिहिलेल्या कवितेच्या ओळी काळ मिटवून टाकतो. प्रियंका डहाळेशी प्रत्यक्ष भेट कधी झाली नाही. पण तिच्याबद्दलचं कौतुक ऐकत होतो. तिनं पाठवलेला तिचा कवितासंग्रह वाचला होता. त्या कवितांचं जाणवलेलं वेगळेपण प्रकाशक विष्णू जोशींकडे बोललो होतो. शिवाय ती गेल्यानंतर सोशल साइटवर तिच्याबद्दलच्या अनेक पोस्ट वाचून तिचा स्वभाव, संचार आणि सद्‌भाव अधिक कळला. मरण कुणाचंही दु:खदच; पण जोडल्या गेलेल्या माणसाचं न सांगताच निघून जाणं अधिक धुमसतं. तसं लिहिता हात थांबला की शब्द अधिक गहिरे होतात.

मरणाला सामोरं जावं लागतं, तसंच समोरच्याचं नसणं निमूट स्वीकारावं लागतंच. गेलेल्या व्यक्तीशी जोडून घेण्याचा आपला हट्ट सुरू असतो. बऱ्याचदा तर गेलेल्या व्यक्तीला अनेकजण हमखास आदल्या दिवशी भेटलेले किंवा बोललेले

असतात. मृत व्यक्तीने मरणापूर्वी बोललेल्या शब्दांना, केलेल्या कृतीला नंतर मरणगंध जोडला जातो. मृत व्यक्तीने मरणापूर्वी सहज उच्चारलेल्या 'आता जाम कंटाळा आलाय राव!' असल्या वाक्यांचा अर्थही मृत्यूनंतर 'त्याला मरणाची चाहूल लागली होती' असा काढला जातो. अनेक अंदाज बांधले जातात. अर्थ काढणं, आठवणी काढणं, तर्कवितर्क लढवणं हा आपला भाग झाला. मरणाला मात्र असल्या गोष्टींसाठी वेळ नसतो. त्याला नित्य नवा प्रयोग हवा असतो. पाऱ्यासारखा जीव उडून जाणं हा मरणाचा आशय कायम असला तरी मरणाची अभिव्यक्ती वेगवेगळी असते. भन्नाट असते. झोपेत मेलेलाही पुण्यवान ठरतो. हागवण लागूनही माणसं मेली आणि युद्धातही माणसं मरतात. बुडून, वाहून जाऊन माणसं मरतात. उष्माघाताने माणसं मरतात आणि थंडीत गारठूनही माणसं मरतात. म्हणजे मरण प्रत्येक ऋतूत प्रयोग करत असतंच. क्रिकेट मॅचमध्ये षटकातला प्रत्येक चेंडू जसा वेगळा, तसा विकेट घेणारा मरणाचा चेंडू वेगळाच. आपल्यासाठीचा एक चेंडू ठरलेला आहे. तो गतिमान आहे का फिरकी आहे, माहीत नाही. यष्टी शाबूत ठेवण्यासाठी आपली धडपड सुरू असते.

वणव्यात एका झाडामुळे दुसरं झाड पेटावं तसा एक मरणगंध अनेक क्षण जागे करतो. गावाभोवतीच्या विहिरी पोहण्याच्या निमित्ताने आम्ही ढवळून काढायचो. एका दिवसात वेगवेगळ्या विहिरी पोहताना अंधार व्हायचा. वेगवेगळ्या विहिरी का? तर प्रत्येक विहिरीची खासियत होती. काठावर उभं राहून आत वाकून पाहणाऱ्या माणसासारखं एक बाभळीचं झाड एका विहिरीवर उभं होतं. ही विहीर 'मुटका' मारण्यासाठी होती. (म्हणजे मांडी घालून उडी मारणं.) या बाभळीच्या फांदीवरून मांडी घातलेला पोरगा 'धडाम्' करीत पाणी छेदून आत घुसायचा. अशी उडी मारल्यानंतर पाण्याची एक शेंडी तयार व्हायची. ज्याची शेंडी उंच, त्याचा मुटका थोर! एक लांबट विहीर पाण्यात सुरुंग मारण्यासाठी होती. खोदताना मातीत पहार घुसावी तसा एक सरळसोट देह पाण्यात घुसायचा. एक विहीर पाण्यात शिवणापाणी खेळण्यासाठी होती. माशांप्रमाणे पाण्याच्या आत हा खेळ चाले. एक विहीर तुडुंब भरेलली. या विहिरीत पाठीवर पडून आकाशाकडे बघत तरंगत राहण्याची मौज होती.

असंच आम्ही पोहत होतो. ही विहीर पैशाचं नाणं शोधण्याची होती. म्हणजे पैशाचं नाणं पाण्यात टाकायचं. ते नाणं हेलकावताना अंधूक होत पंधरा-वीस

फूट खाली तळाला जायचं. मग ज्याच्यावर राज्य असेल त्याने पाण्यात डुबकी मारून तळाचं ते नाणं शोधून आणायचं. नाणं बऱ्याचदा तळाशी न जाता कडेच्या दगडाच्या कपारीत अडकायचं. मग एका डुबकीत सापडायचं नाही. एका डुबकीत नाणं सापडलं नाही की पुन्हा राज्य. असा खेळ रंगायचा. गण्यावर राज्य होतं. म्हणजे तो पाण्यातलं नाणं शोधणार होता. नाव गणेश पण बारशाला नाव ठेवताना आत्याबाईंनी कानात कुर्रर करून गणेश असा उच्चार केला असेल; पण त्यानंतर त्याला कुणीही 'गणेश' म्हटल्याचं आठवत नाही. नाही म्हणायला शाळेतल्या वर्गात गुरुजी तेवढे हजेरी घेताना 'गणेश' असा उच्चार करत असतील. पण गण्याचं नाव येईपर्यंत तर वर्गातला गोंगाट प्रचंड वाढलेला असे. कुणाचंच नाव नीट ऐकू यायचं नाही. शेवटी गुरुजी सगळ्यांचीच हजेरी मांडून टाकायचे. त्यामुळे गण्याचा 'गणेश' कधी झालाच नाही. असा गण्या नाणं शोधायला म्हणून दीर्घ श्वास घेऊन पाण्यात घुसला. एका बुडीत गण्या नाणं आणतो की काय याची आम्ही वाट पाहत होतो. बराच वेळ झाला. गण्या पाण्याखालीच. हाक तरी कशी मारणार ? काहीच हालचाल नाही. आम्ही घाबरलो. जोरजोरात ओरडायला लागलो. वरती नांगर हाकणाऱ्या गड्याने येऊन कपड्यानिशी उडी टाकली. दोन मिनिटांत एकटा गडी वरती आला. गण्या कुठाय ? पुन्हा बुडी मारून गड्यानं गण्याला वरती आणलं. नाणं शोधून न आणताही गण्या जिंकला होता. आम्ही हरलो होतो. रात्री बत्तीच्या प्रकाशात निघालेल्या प्रेतयात्रेत गण्याच्या अंगावर लोक नाणी टाकत होते. नंतर कित्येक दिवस त्या विहिरीकडे आम्ही फिरकलोही नाही. काही वर्षांनी त्या मळ्यात गेलो. विहिरीत डोकावलो. तो ओळखीचा मरणगंध जाणवू लागला. गण्यानं किती प्रचंड खोल बुडी मारली होती आणि एक नाणं शोधताना कितीतरी नाणी मिळवली होती. म्हणून गण्या जिंकला. आम्ही हरलो होतो.

फेरीवाल्याने फेकलेले लाल टोमॅटो गेटमध्ये बांधलेली चिंकी अलगद झेलायची. वय झालं. मरणाचा चेंडू चिंकीला झेलता आला नाही. चिंकी कोसळली. मित्राच्या घरभर मरणगंध पसरला. चिंकीचा पांढराशुभ्र देह काळ्या मातीआड गेला. हे सर्व झाले सुन्न करणारे मरणगंध. काही मरणगंध मनावर ओरखडाच उमटवतात. माझा एक ज्येष्ठ मित्र आहे. संगीत, भाषा, साहित्य यांची उत्तम जाण असणारा. त्याचं लहानपण गावी खेड्यात गेलेलं. वडिलांचा लाडका. वडील बहुतांश वेळ शेतातच रमलेले. रोज वडिलांना शेतात जाऊन तो भेटायचा. चौथीला मामाच्या गावी

शिकायला गेला. तिकडेच रमला. दिवाळीच्या सुटीत मामांनी याला घरी आणून सोडलं. हा गडी ओसरीवर टेकलाही नाही. धूम शेताकडे पळाला. सहा महिन्यांपासून वडिलांना भेटलाच नव्हता. शेतात वडलांना शोधत होता. खोपीवर, वरल्या वावरात, आंब्याखाली, ज्वारीत, तुरीत... वडील कुठेच सापडले नाहीत. शेवटी तसाच धावतपळत घरी आला. आईला विचारलं, 'माय, अण्णा कुठं गेलेत? वावरात तर नाहीत.' या प्रश्नाचं उत्तर त्या मायमाउलीजवळ नव्हतं. तिने पोराला जवळ घेतलं. डोळ्याला पदर लावला. पाच-सहा महिन्यांपूर्वीच त्याचे वडील गेले होते. लहान म्हणून याला या मरणाची खबरही कुणी दिली नव्हती. हा उग्र मरणगंध कायम ओरखडा उमटवणाराच आहे.

लुकलुकणाऱ्या दिव्यांचं गाव समोर दिसत असताना तरुण पोरीवर मरणाचा चेंडू येऊन आदळला. संदर्भ गोळा झाले. आता रोज सकाळी वर्तमानपत्र उघडताना एक गंध पिच्छा करतच राहील. किती दिवस... माहीत नाही.

■■

उगवून आलेलं...

शाळेच्या वाटेवर आठेक महिने झुळझुळ वाहणारा ओहोळ होता. खंडोबाच्या माळाकडून वाहत येऊन तो सीता नदीला जाऊन मिळायचा. शाळेच्या वाटेत त्या ओहोळावर सिमेंटचे दोन मोठे पाइप आडवे टाकलेले होते. खाली पाइपातून झुळझुळ पाणी आणि वरतून आम्ही ये-जा करत असू. दोन सिमेंट पाइपच्या जॉइंटला जाड रेषेसारखी सांद होती. त्या सांदीतून खालचं झुळझुळ पाणी पाहण्याचा शिरस्ता होता. आमचा तो सिनेमा होता. कधी आत खेकडा, साप, गोगलगायी दिसायच्या. काहीच दिसलं नाही तरी लाल मुंगळे तुरूतुरू पळताना हमखास दिसायचे. पाइपाच्या आसपास दोन पंखांचे चतुर भिरभिरत असायचे. त्याला आम्ही विमान म्हणायचो. झाडाची फांदी हाती घेऊन काहीजण या चतुरांच्या मागे लागायचे. फांदीच्या फटक्यामुळे मिग विमानासारखा एखादा चतुर कोसळायचा. बाकी काही असू दे, या पाण्याचा झुळझुळ आवाज कानात भरून राही.

उन्हाळ्याची चाहूल लागली की सगळीकडे रखरख व्हायची. वाटेच्या दुतर्फा असलेलं गवत वाळून जायचं. शाळेचं हिरवंगार मैदान उन्हाळ्यात ओसाड वाटे. पण मैदानात खेळणाऱ्या क्रिकेटच्या टीम मात्र वाढलेल्या असत. क्रिकेटची टीम म्हणजे काय, तर एक लाकडी बॅट, कॉर्कचा दगडासारखा टणक बॉल आणि बेशरमीचे ताजे स्टम्प. रस्त्यात कुठंही बेशरमी बेसुमार वाढलेली असे. ती कुणी तोडायचं नाही, कारण तिचा काहीच उपयोग नाही. ढोरही तोंड लावायचं नाही. या बेशरमीच्या जाड फांद्या तोडायच्या, पानं काढून टाकायची, त्यातून सारख्या उंचीचे सरळ तीन स्टम्प तयार! (अशाच बेशरमीच्या फोकाने काही मारकुटे मास्तर मारायचे.) हे स्टम्प माती उकरून उभे केले की गोलंदाजाच्या डोळ्यांत सलायचे. याउलट फलंदाज स्टम्पचा संरक्षक होऊन उभा राहायचा.

शाळेच्या मैदानात मोठ्यांची एक टीम खेळत असे. या टीमचा पंचक्रोशीत दरारा होता. त्यांच्या आजूबाजूला सुरक्षित अंतरावर जागा मिळेल तिथे आमच्या

टीम खेळत असत. विहिरीवरून मोठ्या बायका कंबरेवर घागरी घेऊन पाणी भरताना छोट्या मुली छोटे तांबे कंबरेवर ठेवून मोठ्या बायकाचं अनुकरण करायच्या, तसं मोठ्यांचं अनुकरण करणाऱ्या या चिंगळ्या टीम होत्या. आमच्या टीममध्ये मात्र भांडणंच फार होत. आउट होण्यावरून तर हमखास वाद व्हायचे. हे वाद कधी मारामारीपर्यंत जात. मग कुणीतरी टीम सोडून जायचं. कधी दुसऱ्या टीममधला आमच्याकडे यायचा. अशी खुन्नस सुरू असे.

एक दिवस मैदानात पोहचायला आम्हाला उशीर झालेला. सगळ्या जागा दुसऱ्या टीमनी पटकावल्या होत्या. आमची नेहमीची जागा एका भांडकुदळ टीमने पटकावली होती. त्यामुळे बसून राहण्याशिवाय पर्याय नव्हता. नाइलाजाने आम्ही मोठ्यांचा खेळ बघत बसलो. त्या वेळी हे लोक लेदर बॉलनी मॅटवर खेळायचे. बेल्सवाले स्टम्प, पॅड, ग्लोव्हज्, कंपनीची बॅट असा थाट होता. हिंदीचे देशापंडे सर या टीमचे आधारस्तंभ. ते स्वत: उत्तम फिरकी गोलंदाजी करत. ढोर डॉक्टर असणारे गोलंदाज माने, विकेटकीपिंग करणारे स्टेशनमास्तर काणे, फास्ट बोलर भीमआप्पा, सूर्यकांत पांचाळ, प्रेमानंद, विठ्ठल, कांता हे तर आमचे आदर्शच होते. श्रीलंकेच्या मलिंगासारखी त्या वेळी सूर्यकांत पांचाळची बॉलिंग ॲक्शन होती. केजरकर सर, मेगदे, यजाज, सदाशिव शहाणे, अलिम असे हे खेळाडू पुढे नावारूपाला येऊ शकले नाहीत; पण आमच्यासाठी मात्र हेच हिरो होते. आज खेळायला जागाच नसल्यामुळे मोठ्यांचा खेळ पाहत बसलो होतो. दरम्यान, आमच्यातील दोघांनी नवीन मैदान शोधलं होतं. शाळेच्या बाजूला गरीब मुलांसाठी एक वसतिगृह चालवलं जात असे. त्या वसतिगृहाच्या मागे थोडी मोकळी जागा होती. एरवी तिकडे आम्ही फिरकतही नसू. आज मजबुरी होती. शेजारच्या झाडाच्या फांद्यांचा झाडू करून जागा साफ केली. बेशरमीचे स्टम्प रोवले. बाकी ओबडधोबड जागेत खेळ सुरू झाला. आधीच कॉर्क बॉल दारू प्याल्यासारखा उसळायचा. आज तर त्याचा पिसाळलेला हत्ती झाला होता. दोघांना चांगलाच प्रसाद मिळाला. अंधारून येईपर्यंत खेळ सुरू होता. लांबवर माणसंही दिसायची नाहीत. नवीन जागा. शेवटी घाबरूनच खेळ थांबवला. घराकडे धूम ठोकली. दुसऱ्या दिवसापासून एकाने लवकर येऊन स्टम्प लावून जागा आरक्षित करणं सुरू झालं. पुन्हा त्या वसतिगृहाच्या मागच्या जागेत आम्ही फिरकलोही नाही.

ऊन तापत गेलं. आंब्याच्या आढ्यांतून गोड वास पसरू लागला. पिवळ्या

कोयी उकंड्यावर, रस्त्यात दिसू लागल्या. पोरं सुट्ट्या म्हणून मामाकडे, काकाकडे, बहिणीकडे, मावशीकडे असं फिरून आली. ऊन तापण्याचा कहर झाला. अंगातून घामाच्या धारा वाहताना लोक हाशहुश करू लागले. एक दिवस वादळवारं सुटलं आणि गर्मीला सोबत घेऊन गेलं. पहिला पाऊस आला. मातीचा वास दरवळला. पावसाच्या स्पर्शाने जांभळं पिकू लागली. नव्या पुस्तक-वह्यांना नवीन कव्हरं घालून नावासमोर नवा वर्ग लिहिला. तेव्हा बाहेर नवीन पोपटी गवताने मातीतून डोकं वर काढलेलं होतं रस्त्याच्या दुतर्फा हिरवळ आली. कितीतरी दिवासांपासून मातीत दबा धरून बसलेल्या बिया उगवून आल्या होत्या. तरोटा, तेरडा तर मुरकत होते. कुणीतरी हातात हिरवा रंग घेऊन जमेल तिथे फासत होतं. झुळझुळ ओहोळाची लगबग वाढली होती. शाळेचं मैदान हिरवळीमुळे सुंदर दिसत होतं. पडक्या वाड्याच्या भिंतीवर उगवून आलेलं गवत चांगलं बोटभर वाढलं होतं. वारा सुटला की हे गवत शेंड्यातून हलत राहायचं. आईने अंगणात लावलेल्या वेलीच्या बिया उगवून चार-पाच पानांवर आल्या. त्यामुळे कारलं, दोडका, पडवळ, वाल, भोपळा असे वेल ओळखू येऊ लागले.

शाळा चांगली सुरू झाली. एक दिवस रात्रीच्या पावसात वसतिगृहाची भिंत पडली. लगेच दुसऱ्या दिवशी इंटरव्हलमध्ये पडलेली भिंत पाहायला आम्ही वसतिगृहाकडे गेलो. भिंत बाहेरच्या बाजूने ढासळली होती. त्यामुळे कुणाला लागलं नव्हतं. परतताना वसतिगृहामागच्या मोकळ्या जागेतून येत होतो. मजबुरीत एक दिवस क्रिकेट खेळलेली ही जागा. मोकळ्या जागेत आम्ही आलो अन् पाहतो तर काय, आश्चर्याचा धक्काच बसला. आम्ही रोवलेले बेशरमीचे स्टम्प मैदानात तसेच उभे होते. शिवाय त्या स्टम्पना हिरवी पानं आलेली होती. मोकळ्या जागेत मधोमध रोवलेल्या बेशरमीच्या स्टम्पना फुटलेली ती हिरवी पानं मोहक दिसत होती.

चिरेबंदी भिंतीत उगवलेला पिंपळ दिसतो मोठा मोहक. वाऱ्याबरोबर हलणारी या पिंपळाची पानं किती तजेलदार असतात! हा पिंपळ दगडी भिंतीत उगवतो कसा, याचं मोठं कुतूहल वाटायचं. एकदा मी उत्सुकतेपोटी वडिलांना या दगडी भिंतीत उगवणाऱ्या पिंपळाबद्दल विचारलं. तर वडील म्हणाले, 'व्यंकटेशस्तोत्र वाचा.' मला या देवभोळ्या उत्तराची कमाल वाटली. दगडी भिंतीत पिंपळ उगवण्याचा आणि व्यंकटेशस्तोत्राचा काय संबंध ? एरवी शांताकाकी रोज मंदिरात जाताना हे स्तोत्र पुटपुत जायच्या. म्हणताना रेडिओचा आवाज कमी-जास्त केल्यासारखा

त्यांचा आवाज खाली-वर व्हायचा. त्यामुळे व्यंकटेश स्तोत्रातले काही शब्द कानांना ओळखीचे होते. एकदा सहज व्यंकटेशस्तोत्राची छोटीशी छापील पोथी हाती लागली. उत्सुकता म्हणून 'पिंपळ' शब्द त्यात कुठं दिसतो का, ते पाहत होतो. चक्क दगडी भिंतीत पिंपळ उगवतो कसा, याचा उलगडा झाला.

गावीचे होते लेंढेओहोळ
गंगेसी मिळता गंगाजळ
कागविष्ठेचे होते पिंपळ
तयासी निंद्य कोण म्हणे

या तेव्हापासून लक्षात राहिलेल्या ओळी. यात 'कागविष्ठेचे होते पिंपळ' या ओळीपाशी थबकलो. म्हणजे कावळा पिंपळाचं फळ खातो. भिंतीच्या फटीत शिटतो. त्याच्या विष्ठेतलं बी भिंतीत रुजतं आणि पिंपळ उगवून येतो. व्यंकटरमणा गोविंऽऽदा!

शेतात पेरणी झाल्यावर रांगेत उगवून आलेलं धान प्रार्थनेला रांगेत उभं असल्यासारखं वाटतं. जमिनीला आतून धडका मारून वर आलेला अंकुर कोवळा असतो. अशा वेळी त्याला पाणी मिळालं नाही तर या नुकत्याच उगवलेल्या बियांचा जीव धोक्यात असतो. त्याला किडा-मुंगीही लागते. म्हणजे उगवून आल्यापासून ते पार आभाळभर फांद्या झाल्या तरी बिचाऱ्या झाडांचा धोका टळत नाही. काही वर्षांपूर्वी आम्ही एका भाड्याच्या, पण प्रशस्त घरात राहत होतो. गच्चीवर झुकलेलं जांभूळ, मागच्या बाजूला शेवगा आणि दारासमोर सीताफळी. तिघांमध्ये फुलण्या-फळण्याची चढाओढ लागलेली. त्या त्या मोसमात जांभळं, सीताफळं, शेवग्याच्या शेंगा पोटभर खाऊन घर तृप्त व्हायचं. नंतर शेजारी, मित्र, नातेवाईक यांच्याकडे वाटप सुरू राही. एक वर्ष सीताफळ जरा जास्तच लखाटून गेली होती. मगजदार, टपोरी सीताफळं. चवीला गोड. पक्षी झाडावर येऊन ती मनसोक्त खायचे. एक दिवस दुपारी सामसूम झाल्यावर मागच्या झोपडपट्टीतली दोन-चार पोरं कंपाउंडवर चढली. सीताफळं घेऊन पसार झाली. कॉलनीत संध्याकाळी चर्चा झाली. 'झोपडपट्टीतली पोरं कंपाउंडवर चढतात म्हणजे काय? उद्या घरात घुसली तर?' शेजारीपाजारी चिंताक्रांत झाले. गावातच राहणाऱ्या घरमालकाला परस्पर निरोप गेला. घरमालकांनीसुद्धा ही घटना गांभीर्याने घेतली. त्यांनी एका माणसाला पाठवून झाड चक्क तोडून टाकलं. पक्षी येईनासे झाले. सीताफळामुळे समोरचं आभाळ जाळीदार दिसायचं. आता मोकळं आभाळ

भकास दिसू लागलं. तोडून टाकलेल्या हिरव्या फांद्या वाळून गेल्या. हळहळण्याशिवाय आम्ही काहीच करू शकत नव्हतो. दरवाजासमोरची भकास जागा पाहताना काही दिवस गेले. गच्चीवर झुकलेलं जांभूळ चांगलंच लखाटलं होतं. टपोरी फळं गच्चीवर, अंगणात पडून फुटू लागली. अंगणात विंचू निघाला म्हणून साफसफाई सुरू केली. पसारा कमी करायचा म्हणून सीताफळाची लाकडं उचलली, तर त्याखाली सात-आठ सीताफळाची रोपं उगवून आली होती.

उकंड्यात, जुनाट कचराकुंडीत आंब्याच्या कोयीतून उगवून आलेलं लालसर कोवळ्या पानांचं आंब्याचं झाड, जुनाट लूनाच्या पेट्रोल टाकीतून वर आलेली हिरवी दांडी, स्वयंपाकघरातल्या कांदा-बटाट्यांना जागीच फुटलेले कोंभ, बशीत पाणी घालून ठेवलेल्या गाजराच्या बुडातून वर आलेलं मोहक झाड... जंगलात थोराड झाडाची फळं जमिनीवर पडून त्याच झाडाखाली टुकटुक बघत उभी असलेली छोटी छोटी रोपटी... असं बरंच काही जादूई मातीतून न थकता, न कंटाळात उगवून आलेलं.

■■

खडूची भुकटी

त्या दिवशी या गोष्टीतल्या शाळेसमोरची पितळी घंटा पोरं बडवतात. घंटेचा घणघणाट गावभर होतो. पण खेळात रमलेल्या दिनूला ही घंटा ऐकूच येत नाही. शेवटी आईने आठवण करून दिल्यावर दिनू जड पावलांनी शाळेत निघतो. चौकात आल्यावर दिनू दोन बोटं तोंडात घालून शिट्टी वाजवतो. मित्र गोळा होतात. गंमत म्हणजे या पोरांपैकी कुणीच गुरुजींनी दिलेला गणिताचा गृहपाठ पूर्ण केलेला नसतो. गणिताच्या मास्तराचा राग परवडणारा नाही म्हणून पोरं शाळेला ठेंगा दाखवतात आणि निघतात ओढ्याकडे. हिरव्यागार दाट झाडीतून खळाळणारा पांढराशुभ्र ओढा! पोरं वाळूत हुंदडतात. खेळताना अडचणीची ठरणारी पुस्तकं-पाट्या वाळूत पुरून ठेवतात. मग सुरू होतो सूर्यप्रकाशात चमकणाऱ्या पाण्यात मासे पकडण्याचा खेळ. मासेच ते! लवकर सापडत नाहीत. झडप घालून ओंजळीत मासे पकडण्याचा खेळ खूप वेळ सुरू राहतो. डोकरा, काळ्या पाठीचा छोटा मिश्यावाला झिंगा... अशा माशांचा परिचय दिनूला सोबतच्या अब्बास, हामजा या मित्रांमुळे होतो. शेवाळाखाली लपण्याची माशांची जागा कळते. मासे स्वच्छ कसे करायचे, भाजायचे कसे आणि चटणी-मीठ लावून गट्टम कसे करायचे, हे ऐकून दिनूच्या तोंडाला पाणी सुटतं.

या खेळाचा कंटाळा आल्यावर पोरं घुसतात काटेबनात. तिथे बोराटीच्या झाडावरची व्हल्याची अंडी मिळवतात. व्हल्याच्या व रानचिमणीच्या अंड्यातला फरक दिनूला लक्षात येतो. व्हल्या पारव्याची अंडी शोधताना, खारीमागे धावताना पोरं रमून जातात. बाभळीचा डिंक गोळा करतात. हा गोळा केलेला डिंक दुकानदाराला विकण्याचं ठरतं. त्या आलेल्या पैशातून जत्रेत शिट्टी, रेवड्या घेण्याचा बेत आखला जातो. त्यातच दिनूला देवबाभळ व रामकाठी बाभळीची खासीयत ध्यानात येते. शिवाय त्या दिवशी जंगलात अनेक नवीन गोष्टी दिनू पाहतो. सुरेख पक्षी, पांढरे उंदीर, सोनकिडे, तांबडीलाल फळं, मधाची पोळी अशा कितीतरी गोष्टी दिनू अधाशासारखा पाहत जातो. यात नवी

भर म्हणजे अब्बासच्या पायात काटा घुसतो. अब्बास ओरडायला लागतो. देवबाभळीच्या मोठ्या काट्याने पायातला काटा काढण्याचा प्रयत्न यशस्वी होत नाही. शेवटी रुईचा चीक काटा मोडलेल्या ठिकाणी लावला जातो. आता तो काटा सकाळी आपोआप बाहेर पडणार असतो. पाहता पाहता संध्याकाळ होते. गुरं माघारी फिरतात. पोरंही पुरून ठेवलेली पाटी-पुस्तकं घेऊन घरी परततात. घरी परतलेला दिनू आईला अपेक्षित असणाऱ्या शाळेत गेलेलाच नसतो, तर त्याला मनापासून आवडलेल्या, खुल्या आभाळाखाली भरलेल्या शाळेतून परतलेला असतो. व्यंकटेश माडगूळकरांच्या 'शाळा' गोष्टीतील दिनूला न कंटाळता, न छडी खाता खूप ज्ञान सहज मिळालेलं असतं.

ही गोष्ट मी प्रथम पंधरा-सोळा वर्षांपूर्वी वाचली असेन. तेव्हाही या पोरांची जंगलातील भटकंती मला मोहक वाटली होती. त्याबरोबरच ज्या गणिताच्या मास्तरच्या भीतीमुळे या पोरांनी जंगलाचा रस्ता धरला होता, त्या मास्तराची दहशतही जाणवली होती. बेशरमीच्या फोकानं मारणारे माझे गणिताचे शिक्षक आठवले होते. शिकवण्याचा कुठलाही आविर्भाव न आणता शिकवणाऱ्या जंगलात सहज स्वाभाविकता आहे. अशी स्वाभाविकता आपल्या शिक्षणाला किती प्रमाणात पकडता आलेय ? शाळा सुटल्यावर 'हुय्याऽऽ' करत वर्गाबाहेर पडणारी पोरं पाहताना त्यांना आपण कोंडलं होतं की काय असं वाटतं. जुन्या काळातल्या मारकुट्या मास्तरांची गौरवाने केलेली वर्णनं मला कधीच आवडली नाहीत. काही मास्तरांच्या दहशतीमुळे त्यांचा विषय नावडता झालेला असतो. यात गणित, इंग्रजीचा क्रमांक वरचा आहे. 'छडी लागे छमछम, विद्या येई घमघम' असल्या जुनाट म्हणी त्रासदायक दळण जात्यासारख्या संग्रहालयात ठेवून द्यायला हव्यात.

हा विषय कालबाह्य वाटणाऱ्यांच्या पुढ्यात एक ताजी घटना ठेवतो. तीनेक महिन्यांपूर्वी तेलंगणातील एका खाजगी शाळेतील इयत्ता पहिलीच्या विद्यार्थ्याने वर्गात इंग्रजीतून संभाषण केलं नाही. तो विद्यार्थी त्याच्या मातृभाषेत तेलगूतच बोलत होता. याचा राग आल्यामुळे वर्गशिक्षिकेने त्या कोवळ्या पोराला बदडून काढलं. चक्क त्याचा चावा घेतला. त्याचं डोकं भिंतीवर आपटलं. हे सर्व सुरू असताना वर्गातील बाकी चिमुकल्या मुलांची काय अवस्था झाली असेल ? त्या बिचाऱ्या पोराला शारीरिक-मानसिक आघात झाला. मेंदूला इजा झाली. रात्रीतून त्या विद्यार्थ्याची तब्येत बिघडल्यामुळे हैदराबाद येथील हॉस्पिटलमध्ये त्याला ॲडमिट केलं; पण दुसऱ्या दिवशी पहिलीतलं ते कोवळं पोर त्या आघाताने मरण पावलं. या घटनेतून पुन्हा एकदा दहशतच

उजागर होते. नव्या काळात मुलांना मारणं हा गुन्हाच आहे. तरीही मुलांना एवढं अमानुषपणे बदडलं जातं म्हणजे मारकुट्या पंतोजींचे अवशेष अजून शाबूत आहेत.

दप्तराचं ओझं, बेसुमार फीची चिंता, इंग्रजी भाषेत अवघडलेली पोरं, त्यांच्या भाषेचं झालेलं कडबोळं, दडपलेली कल्पनाशक्ती या सगळ्याचा विद्यार्थ्यांबरोबरच पालकांवरही आताशा ताण पडलेला असतो. पण मारकुट्या मास्तरांची परंपरा मात्र जुनी आहे. एका अज्ञात कवीने ही मारकुटी दहशत नेमकेपणाने पूर्वीच शब्दांत पकडलेली आहे.

शाळेसी जाताना
रडे कशाचे रे आले
भय माउली वाटले
पंतोजीचे

शाळेचा पंतोजी
त्याचा केवढा दरारा
मुलं कापती थरारा
थंडीवीण

पंतोजी पंतोजी
शाळा बाळाला आवडो
घरी ना दडो
तुमच्या धाके

अशा पंतोजींना साने गुरुजी नावाचे शिक्षक माहीत असतील काय? हातून झाडाची फांदी तुटली म्हणून प्रायश्चित्तापोटी दिवसभर उपाशी राहणारे, मुंगळ्यांची रांग जातेय म्हणून स्वत: स्तब्ध उभे राहणारे, मुलांसोबत स्वत: वसतिगृहात राहणारे, एवढंच काय – स्वत:चा पगार विद्यार्थ्यांच्या अडीअडचणीला वापरणाऱ्या साने गुरुजींची परंपरा का बरं क्षीण होत गेली असेल? अर्थात आजही काही अपवादात्मक चांगले शिक्षक–शिक्षिका आणि हाताच्या बोटावर मोजण्याएवढ्या का होईना, पण चांगल्या शाळा आहेत. बाकी आज शिक्षणसंस्था काढण्यामागचा हेतूच बदललाय. पेट्रोल पंप, एखादी गॅस एजन्सी, सूतगिरणी, कारखाना तशी एखादी शिक्षणसंस्था! मग ज्ञानार्जनापेक्षा अर्थार्जन महत्त्वाचं ठरतं. शिक्षक, प्राध्यापक निवडीच्या वेळी 'दक्षिणा' निर्णायक

ठरते. व्यावसायिक अभ्यासक्रमापासून ते बालवाडीपर्यंत प्रवेशासाठी राजरोस 'दक्षिणा' घेतली जाते. 'दक्षिणे'ची परंपरा आजही वेगळ्या रूपात सुरू आहे. फक्त 'दक्षिणा' घेणारे हात बदललेत. 'तोंडी पुरोगामित्व आणि हातात दक्षिणा' अशी नवी रीत झाली आहे. याबद्दल सर्वत्र सामसूम आहे. कुणीच काही बोलत नाही. कुणाची शिक्षक-प्राध्यापक म्हणून निवड झाल्यावर त्याच्यासाठी पहिला प्रश्न असतो, 'किती द्यावे लागले ?' भाषेत सुवर्णपदक मिळवणारा एक विद्यार्थी; ज्याने चांगल्या गुणांसह बी.एड. पूर्ण केलंय, माध्यमिक शिक्षक म्हणून नुकताच रुजू झालाय. अर्थात रुजू होण्याचा म्हणजे निवड होण्याचा आणि गुणवत्तेचा काहीही संबंध नाही. त्याने थोडी शेती विकून, स्वत:चं लग्न ठरवून भावी सासऱ्याकडून काही रक्कम घेऊन संस्थाचालकाच्या दक्षिणेची भरती केली आणि बिच्चारा गुणवान पोरगा शिक्षक म्हणून रुजू झाला. आता तो वर्गात 'हिरवे हिरवे गार गालीचे, हरित तृणाच्या मखमालीचे' ही कविता शिकवणार आहे. त्याने दिलेला पेढा गोड नव्हता. नोकरी लागल्यावरही बऱ्याच राजकारणी संस्थाचालकांकडे शिक्षकांना 'शिकवणे' सोडून दुसरीच कामं करावी लागतात. हा शिक्षकाच्या ज्ञानाचा अपमान आहे. पण बोलणार कोण ? अशा वातावरणात शिक्षकांकडून काय अपेक्षा ठेवणार ? तरीही शिक्षकाने एखाद्या विद्यार्थ्याला अमानुष मारण्याचं समर्थन करताच येत नाही. पण त्या शिक्षकाच्या हिंसक होण्यामागची कारणं मात्र शोधायला हवीत. त्या शिक्षिकेचा राग खरंच त्या विद्यार्थ्यावर आहे की व्यवस्थेने केलेल्या कुचंबणेवर आहे, हेही स्पष्ट व्हायला पाहिजे.

शाळेत असताना सरांनी मला एकदा फळा पुसायला सांगितला होता. शिक्षक-पुन्हा त्यात गणिताचे-मग त्यांची आज्ञा शिरसावंद्यच. मोठे कडक आणि मारकुटे होते ते. दिवसभर शाळेत त्यांचा दरारा असे आणि रात्रीसुद्धा सरांना विश्रांती नव्हती. कारण रात्री आमच्यासारख्या गणित चुकणाऱ्या पोरांच्या स्वप्नात बेशरमीचा फोक घेऊन वटारलेल्या डोळ्यांनी ते उभे असत. गणितं तर हमखास चुकायचीच; पण सर समोर असताना आपला श्वासोच्छ्वासही चुकतोय अशी भावना व्हायची. सरांनी सांगितल्याबरोबर मी बेंचवरून उठून व्यवस्थित फळा पुसला. डस्टर जागेवर ठेवताना मी सहज सरांकडे पाहिलं. चष्म्याच्या वरतून सर माझ्याकडे पाहत होते. मी गडबडलो. डस्टर हातातून खाली पडलं. खडूची भुकटी उडाली. हवेत पांढरे कण तरंगू लागले. खिडकीतून आलेल्या प्रकाशाच्या पट्ट्यात ते पांढरे कण चमकत होते. ठसका लागला. त्यानंतर काही दिवसांनी रिवाजाप्रमाणे चुलीतला अंगारा लावून, चुलीच्या पाया पडून

झोपलो तरी रात्री एक भयंकर स्वप्न पडलंच. स्वप्नातल्या वर्गात खडूची प्रचंड भुकटी उडत होती. भिंती, छत, बेंच, आम्ही सारी पोरं, सरांच्या मिश्या... सारं सारं खडूच्या भुकटीने भरून गेलेलं होतं. नाका-तोंडात ते पांढरे कण गेल्यामुळे सगळ्यांनाच ठसका लागला होता. भुकटी मात्र वाढतच होती. श्वास घ्यायला खूप त्रास होत होता. घाबरून मी जागा झालो. चांगलाच घामाघूम झालेला होतो. तेव्हा वडीलही जागे झाले. 'झाली का सुरू बडबड तुझी ? चल ऊठ, मोरीवर जाऊन ये...' असं बोलून कूस बदलून ते झोपी गेले. एवढं आजही स्पष्ट आठवतंय. पण हे स्वप्न आत्ताच का आठवलं, हे मात्र लक्षात येत नाही.

■■

श्वानपुराण

त्या दिवशी रात्री झोपताना मोबाइल 'सायलेंट' करायचा विसरलो आणि नेमका सकाळी साडेचार वाजता मोबाइल वाजला. मेसेज आलेला होता. झोप मोडलेलीच होती. मेसेज पाहू लागलो. या साखरझोपेच्या वेळी आलेल्या मेसेजबद्दल उत्सुकता वाढली. एखाद वेळी रात्री पाठवलेला मेसेज उशिराने थकूनभागून पहाटे येऊ शकतो. किंवा एखादा उत्साही महाभाग एवढ्या सकाळी 'सुप्रभात!' Good Morning असा मेसेजही पाठवू शकतो. पण मेसेज वेगळाच आणि धक्कादायक होता. कुत्रा चावल्यामुळे गावाकडच्या मित्राचा सरकारी दवाखान्यात मृत्यू झालेला होता. अवघा दोन वर्षांचा संसार नि एक वर्षाची मुलगी मागे टाकून निघून जाण्याचं हे वय नव्हतं. झोप मोडलीच नाही तर उडाली होती. सकाळी सहा वाजता बातमीचे तपशील कळले. दहा-अकरा वर्षांनी लहान असलेल्या या मित्राला निदान शेवटचं 'बाय' करायला दवाखान्यात जावं असं ठरवत होतो. खरंतर लहानपणी या मित्राला कडेवर घेऊन मी खेळवलेले होते. शिवाय त्याचे वडील आमच्या अर्ध्या गावाचे डॉक्टर. या डॉक्टरांनी अनेकांच्या प्रकृतीची काळजी घेतलेली. छोट्याशा गावात या डॉक्टरांचाच आधार. आणि आज या डॉक्टरांचाच मुलगा रेबिझमुळे गेलेला. शेवटची भेट घेण्याचा प्रयत्न यशस्वी झाला नाही. कारण भल्या पहाटेच प्रेत घेऊन लोक गावाकडे गेले होते.

रात्री घरासमोरच्या अंधारात मित्राच्या पायात कुत्र्याचं पिल्लू आलं. त्या पिल्लाच्या अंगावर पाय पडल्यामुळे ते केकाटत पळून गेलं. मित्राने सकाळी पाहिलं तर पायावर ओरखडा उमटलेला होता. नख किंवा दात लागलेला असावा. खबरदारी म्हणून गावातल्या सरकारी दवाखान्यात इंजेक्शन घेण्याकरिता मित्र गेलाही; पण नेमकं रेबिझचं इंजेक्शन उपलब्ध नव्हतं. डॉक्टरांनी जिल्हा रुग्णालयात जायला सांगितलं. 'पिल्लू तर होतं!' म्हणून मित्राने कंटाळा केला. नेमका रेबिझचा प्रादुर्भाव उद्‌भवला. परिस्थिती फारच हाताबाहेर गेली तेव्हा दोन जिल्हे ओलांडून इथे औरंगाबादला

आणला. घाटी रुग्णालयात दाखल केलं. प्रचंड ओरडायचा. हात–पाय बांधावे लागले होते. पण रात्री उशिरा सर्व काही शांऽऽत झालं. सर्व इलाज उपलब्ध असतानाही या काळात कुत्रा चावल्यामुळे तरणा पोरगा असा जावा, याची संगती लावता येईना.

एक काळ होता यावर दवाखाने, उपचार उपलब्ध नव्हते. कुत्रं तर चावायचंच. अशा वेळी गावठी इलाज करण्याशिवाय पर्याय नव्हता. आंध्रप्रदेशाच्या सीमेवर असणारं कुंडलवाडी हे गाव या औषधाकरीता प्रसिद्ध होतं. तिथे एकजण निःस्वार्थ हेतूने हे औषध द्यायचा. लहानपणी एकदा दद्यासोबत हे औषध घेतल्याचं मला आठवतंय. दूरदूरच्या गावांवरून लोक यायचे. लोकांना गुणही यायचा. मोकाट कुत्र्यांनी कित्येकांच्या पिंढऱ्या, ढोपरं फोडलेली आठवू लागलं. श्वानपुराण डोक्यात घुमू लागलं. मुळात कुत्रा चावण्याची भीती धरण्याचं कारण म्हणजे चौदा इंजेक्शनची दहशत. साधं इंजेक्शन म्हटलं तरी मोठी माणसंसुद्धा घाबरून जायची. कुत्रा चावल्यावर तर तेव्हा चौदा इंजेक्शन्स, तीही बेंबीच्या भोवती घ्यावी लागायची. या रेबिझबद्दल अनेकदा चर्चा चघळल्या जायच्या. पिसाळलेला कुत्रा चावलेला माणूस कुत्र्यासारखा भुंकायला लागतो, हा माणूस दुसऱ्या माणसाला चावला तर तो माणूस मरतो, कुत्रा चावल्यानंतर दहा वर्षांत कधीही रेबिझ उद्‌भवू शकतो. अशी माहिती भोवताली भिरभिरत असे.

एकदा रात्री एक–दीड वाजता गलका झाला. म्हणजे कुत्री भुंकू लागली. आरडाओरडा झाला. गाढ झोपलेली गल्ली जागी झाली. तेवढ्या रात्री लोक डोळे चोळत गणपतीच्या पाराजवळ गोळा झाले. आम्ही छोटी मुलंही हजर होतो. शेजारच्या खेड्यातून बैलगाडीत घालून एका माणसाला रातोरात आणलेलं होतं. एरवीही पाराजवळच्या दवाखान्यात बैलगाडीतून पेशंट यायचे. पण या वेळी पेशंटला दोरीने बांधलेलं होतं. तरीही तो बांधलेला माणूस हात–पाय झाडत होता. विचित्र ओरडत होता. त्याच्या घशात काहीतरी अडकल्यासारखं वाटत होतं. त्या माणसाला पिसाळलेला कुत्रा चावलेला होता. त्या रात्रीपासून कुत्र्याबद्दलची दहशत मनात बसली. पुढे याच विषयावरची सरदार जाधव यांची 'दात' नावाची अप्रतिम कादंबरी वाचनात आली. या कादंबरीत कुत्रा चावलेल्या माणसाला गाव एका वाड्यात कोंडून ठेवतं. घरचे लोकही त्या रेबिझ झालेल्या व्यक्तीजवळ जाऊ शकत नाहीत. एखाद्या पिसाळलेल्या रानटी प्राण्यासारखा पाय खोरून त्याचा एकाकी अंत होतो. गावात पाहिलेली व अंगावर काटा आणणारी दृश्यं या कादंबरीत आहेत.

प्रत्यक्ष नाही, पण निदान डिस्कव्हरी चॅनेलवर शिकार करताना रानटी कुत्र्यांना आपण पाहिलेलं असतं. त्यांची हिंस्रता पाहताना आपण टरकलेलो असतो. यातली काही रानटी कुत्री माणसाच्या वस्तीत येऊन माणसाळली. प्रसंगानुरूप वागू लागली. कधी शेपूट हलवत लाडात यायचं आणि कधी सुळे, दात दाखवत फोडून काढायचं, याचं गणित त्यांनी अवगत केलं. बऱ्याचदा डुकराच्या पिलाला चार-पाच कुत्री खिंडीत गाठतात. पाठलाग करून चहू बाजूंनी हल्ला चढवतात. शेवटी त्या डुकराला फाडून काढतात. डुक्कर जिवाच्या आकांताने चीत्कारत असतं. अर्थात सगळेच कुत्रे असे फाडू नसतात. काही कुत्री साजूक तुपात भिजवलेल्या फुलवातीसारखी नाजूक असतात. जणू तोडणीचा स्वच्छ शुभ्र कापूस घरभर तुरतुरत असतो. स्वतःच्या भुंकण्याला स्वतःच घाबरणारी ही कुत्री संरक्षणासाठी नसतातच मुळी. खेळण्यांसारखी असतात बिचारी. पण मोकाट कुत्र्याचं हिंस्र रूप ज्याने पाहिलंय त्याला कुत्रा सुरक्षित अंतरावर बरा वाटतो. बऱ्याचदा मोठी गंमत होते. आपण एखाद्या घरी जातो. बेल वाजवतो. दार उघडलं जातं आणि भला थोराड कुत्रा अंगलट यायला लागतो. आपण त्या कुत्र्याला बघूनच टरकलेलो असतो. त्यात भर म्हणजे तो विचित्र कुत्रा आपल्या छातीवर चक्क त्याचे समोरचे पाय ठेवतो. तेव्हा तर छातीतले ठोके शाळेच्या घंटेसारखे ऐकू यायला लागतात. अशा वेळी घरमालक मात्र, 'काही करत नाही. त्याचा खेळच आहे तो!' असं सहजपणे सांगत असतात. ल्ह्या ल्ह्या करणारी जीभ आणि तीक्ष्ण सुळे व दात दाखवत छातीवर पंजे ठेवून उभ्या असणाऱ्या त्या कुत्र्याचा खेळ जीवघेणाच आहे. एखाद्या दहशतवाद्याने आपल्या कानशिलाला पिस्तूल लावलंय, आपल्याला दरदरून घाम फुटलाय आणि कुणीतरी समजूत घालतंय, 'घाबरू नको, गंमत करतोय तो. शिवाय त्याने गांधींचं साहित्य वाचलेलं आहे...' असा तो प्रकार आहे. कसेतरी आपण सोफ्यावर टेकतो, तर घरमालक व घरमालकीण श्वानस्तुती आळवत असतात. संगोपनाचं कौतुक ठीक आहे, पण अशा घाबरवेळी, त्या कुत्र्याने कडाडून चावा घेतल्यावर आतल्या हाडाचाही तुकडा पडतो, हे सांगण्याची गरज नसते. पण ते बोलत असतात. घरमालकीण बाई माहिती पुरवतात, 'एखाद वेळी सुरेश रैनाकडून कॅच सुटेल, पण आमचा कुत्रा कसाही फेकलेला टोमॅटो झेलणारच. त्याला लाल टोमॅटो खूप आवडतात.' अजून बरंच काही! हे ऐकून वाटतं, घराच्या दारात स्टेनगनधारी रक्षक ठेवण्याऐवजी, 'सावधान... कुत्रा मोकळाच

आहे!' अशी पाटी गेटवर लावली तरी काम चालू शकतं.

कथा-कादंबऱ्यांतून, चित्रपटांतून 'टिप्या', 'भालू', 'मोती' यांचं खूपच रसभरीत चित्रण आलेलं आहे. त्यातली अतिशयोक्ती सोडली तर श्वानपथकातील कुत्र्यांची कामगिरी थोरच आहे. आपल्याकडे कुत्र्याच्या इमानदारीवर रचल्या गेलेल्या कहाण्यांना नाट्य दिग्दर्शक कमलाकर सारंगांनी कलाटणी दिलेली आहे. कोकणातलं बालपण सांगताना सारंग त्यांच्या वफादार कुत्र्याबद्दल सांगतात. हा कुत्रा त्यांच्या घरात वाढलेला. छोट्या सारंगांच्या मागे सावलीसारखा राहणारा. सारंगांनाही त्याचा खूप लळा. पुढील शिक्षणासाठी छोट्या सारंगांना कोकणातलं गाव सोडून मुंबईला जायचं असतं. त्या आवडत्या कुत्र्याला सोडून जायची कल्पनाच सारंगांना सहन होईना. आपल्या माघारी याचं काय होईल? कसा राहील तो? या चिंतेने सारंग परेशान. शेवटी जाण्याचा दिवस उजाडतो. छोट्या सारंगांना सोडायला सारं घर समुद्रावर जमलेलं. सोबत कुत्राही. कुत्रा सारंगांना सोडतच नाही. जणू पुढचा विरह त्याला कळलाय. जड पावलांनी आणि भरल्या डोळ्यांनी छोटे सारंग बोटीवर चढतात. काठापर्यंत येऊन कुत्रा स्तब्ध उभा. मालकाकडे पाहतोय. बोट हलते. घरची मंडळी परत घराकडे निघतात. कुत्रा उभाच. छोट्या सारंगांचं लक्षही कुत्र्याकडेच. बोट हळूहळू आत सरकतेय. किनारा लांब जातोय. कुत्रा जागचा हलतो आणि शेजारी जेवण करत बसलेल्या माणसाजवळ जाऊन शेपूट हलवायला लागतो. सारंग हे दृश्य लांबून पाहतात. पुढच्या प्रवासासाठी निश्चिंत होतात. खरंच आहे. जिवंत राहण्यासाठी कुत्र्याला कुणासमोर तरी शेपूट हलवावी लागेल, किंवा हिंस्र होऊन जनावरं फाडावी लागतील. जगण्यापुढे शेवटी वफादारीही लोळण घेते.

कुणाला तरी आपल्या आज्ञेत ठेवणं माणसांना मुळातच आवडतं. लहान मूलसुद्धा चार-पाच वर्षांचं होईपर्यंत सर्वांना निरागस, गोंडस वाटत असतं. नंतर मात्र ते मूल स्वतंत्र विचार करायला लागतं. म्हणजे आपली प्रत्येक गोष्ट ऐकत नाही. मग तिथे संगोपन आणि संस्कारांचा अध्याय सुरू होतो. आंधळं अनुकरण संपतं. त्याबरोबर गोंडसपणा, निरागसता संपते. मग ताणतणावाला सुरुवात होते. त्यामानाने कुत्रा आज्ञाधारकपणे वागत असतो. 'छूऽऽ' म्हटलं की पळतो. 'यूऽऽ' म्हटलं की येतो. एरवी कुणीच आपलं ऐकत नसताना कुत्रा मात्र आपलं ऐकतो. स्वतःची मतं व्यक्त न करता 'कंपनी' देतो. वाटलं तर जवळ घ्या, नाही तर

साखळीन जखडून ठेवा – त्याचं काही म्हणणं नसतं. (म्हणजे त्याला काही म्हणातच येत नाही. म्हणता आलं असतं तर मोठी पंचाईत झाली असती.) त्याने लाडात यायचं की नाही, ते तुम्ही ठरवणार. तुम्ही 'चूप' म्हटलं की तो बिचारा शांत बसणार. या बदल्यात माणसंही त्याला अफाट सुखसोयी देतात. काही वेळा तर माणसापेक्षा त्याचा थाट जास्त असतो. कारणं काहीही असोत, काहीजणांना कुत्र्याची संगत आवडते.

काही वर्षांपूर्वीची घटना. भाड्याच्याच पण ऐसपैस घरात राहत होतो. आमच्या शेजारचा प्लॉट रिकामा होता. तिथं पावसाचं पाणी साचून उंच गवत वाढलं होतं. मागच्या कोपऱ्यात बांधकामाचा राडारोडा आणून टाकलेला. त्याचा एक छोटा ढीग तयार झालेला होता. त्या ढिगाच्या आडोशाला एक कुत्री व्याली. डोळे न उघडलेल्या पिलांची कुईकुई सुरू झाली. कुत्री तिकडं कुणाला फिरकू देईना. कुणी तिकडे डोकावण्याचा प्रयत्न केला तर ती भुंकत अंगावर यायची. एकदा कुत्री नसताना मुद्दाम तिकडे जाऊन मी पिल्लं पाहिली. चांगली मांसल अशी वळवळणारी सहा पिल्लं होती. मधे काही दिवस गेले. पिल्लांचा आवाज वाढलेला होता. पिलांच्या मस्तीमुळे गवताच्या तळाशी हालचाल वाढली. एक दिवस तर चार पिल्लं रस्त्यावरच आली. नंतर कॉलनीत ही पिल्लं तुरुतुरू पळू लागली. लहान मुलं पिलांच्या शेपट्या धरून ओढायची. मग जोरात केकाटण्याचा आवाज घुमायचा. घरोघरचे पोळी–भाकरीचे तुकडे खाऊन पिल्लं चांगलीच गुरगुरू लागली. एक दिवस मोटारसायकलखाली येऊन एक पिल्लू गतप्राण झालं. त्याची पोटातली छोटीशी आतडीच बाहेर आली होती. उरलेल्या पाच पिलांपैकी दोन पिल्लं लोकांनी पाळायला नेली. कारण ती नर होती. एक पिल्लू गायब झालं. शेवटी उरलेली दोन पिल्लं मात्र कॉलनीत फिरत राहायची. कॉलनीतल्या मंदिरासमोर उडणारे कागदाचे तुकडे तोंडात धरून पळण्याचा खेळ रंगात येई. पिल्लांच्या आईने या पिल्लांकडे पूर्णतः दुर्लक्ष केलेलं होतं. दोन्ही पिल्लं स्वतःच्या हिमतीवर जगत होती. नको तिथे घुसायची. त्यामुळे फटका बसायचा. मग 'क्यांऽऽ क्यांऽऽ' केकाटण्याचा आवाज घुमायचा. बऱ्याचदा नालीतल्या पाण्याने त्यांचं अंग बरबटलेलं असे. रस्त्यावरून जाणाऱ्या गाड्यांमागे लागण्याचा धोकादायक खेळही त्यांनी सुरू केला होता.

हिवाळ्याचे दिवस. दुपारी घराचं मागचं दार मी उघडलं. प्रकाश आणि थंड

वाऱ्यासोबत ही दोन पिल्लं सरळ घरात घुसली. एक कुबट वास त्यांच्याबरोबर आत आला. 'हाऽऽऽड हाऽऽऽड' म्हणेपर्यंत पार बेडरूमपर्यंत त्यांनी पल्ला गाठला. त्यांच्या मागेच पळालो. खोल्यांमधून पाठलाग सुरू झाला. पिल्लं चपळ होती. भुस्कन कुठेही घुसायची. हाती लागत नव्हती. तरी मोठ्या कसरतीने एकाच्या मानगुटीला धरलं आणि सरळ बाहेरचा रस्ता दाखवला. आत येऊन शोधतोय तर दुसरं गायब. पुन्हा सगळ्या खोल्या शोधल्या. महाशय हॉलमध्ये दिवाणाखाली अंग आकसून बसले होते. बाहेर काही येईना. शेवटी काठीने डिवचून बाहेर काढलं. जोरजोरात ओरडत होतं. धरून बाहेर नेऊन सोडलं. चांगलंच थकवलं होतं त्यांनी. कुबट वास डोक्यात बसला होता. स्वच्छ हात-पाय धुतले. खिडकीतून त्यांच्या जागेकडे दोन पोळ्या भिरकावल्या. पंखा लावला. खुर्चीत येऊन बसलो. समोरच्या टेबलवर पॅडला लावून ठेवलेले कोरे कागद होते. त्या पांढऱ्याशुभ्र कागदावर पिल्लांच्या छोट्या पावलांचे ठसे उमटले होते. ठसे चिखलाच्या पायांचे असले तरी होते मोठे मोहक. नंतर लक्ष गेलं तर टेबलावर, गादीवर आणि फरशीवरही छोटे पायठसे उमटले होते घरभर.

■■

अरण्यरुदन

एक प्रशस्त वाहता रस्ता. संध्याकाळची वेळ. रस्त्याच्या कडेला दोन मध्यमवयीन स्त्रिया गप्पा मारीत उभ्या आहेत. एक पाय रस्त्यावर टेकवून बाइकवर बसलेली आहे ती बाइकवाली. एक बाइकच्या हँडलवर एक हात ठेवून उभी आहे. तिच्या दुसऱ्या हातात भाजीची पिशवी आहे. ती पिशवीवाली.

बाइकवाली : अग, किती दिवसांनी भेटतेयस ?

पिशवीवाली : हो न ग, कामंच संपत नाहीत. बघ ना, आतासुद्धा भाजी आणायलाच निघालेय.

बाइकवाली : एखादा फोन तरी करायचास. गेल्या वीकेंडला तुला मेसेज केला होता. पण तुझा साधा रिप्लायसुद्धा नाही. मस्त ऑफर होती...

पिशवीवाली : ऑफर ! अय्या कसली ?

बाइकवाली : अलगद रडू येण्यासाठी दुःखी पुस्तकं मिळणार होती. शिवाय डोळे पुसायला टिश्यू पेपर व मेकअप साहित्य... मोफत.

पिशवीवाली : सॉरी बरं का... कामात अख्खा दिवस निघून जातो. दुपारी थोडी पाठ टेकवावी म्हटलं तर दहा मिनिटंसुद्धा वेळ मिळत नाही. तू रेग्युलर जातेस ना ?

बाइकवाली : बऱ्यापैकी रेग्युलर आहे. ही काय तिकडूनच येतेय. आज भरपूर रियाझ केला. हलकं हलकं वाटतंय.

पिशवीवाली : किती वेळ रडलीस आज ?

बाइकवाली : आज चांगली तासभर रडले.

पिशवीवाली : एवढं रडूनही डोळे सुजलेले नाहीत... ? उलट फ्रेश वाटतायत.

बाइकवाली : आता मी काही शिकाऊ उमेदवार नाहीये. क्राइंग रूमची पर्मनंट मेंबर झालेय.

पिशवीवाली : मीही ठरवतेय नियमित यायचं आणि जमेल तेवढं रडायचं. पण घरचं रडगाणं संपेचना... म्हणून रडायला यायला वेळ मिळेना.

बाइकवाली : वेळ काढावा लागतो ग. या दोन दिवसांत वार्षिक सभासद झालीस तर आईज् मास्क आणि मदतनीस मोफत मिळणार आहे.

पिशवीवाली : ओके डन्. मी उद्याच येते. खूप दिवासांत रडलेच नाही ग. प्लीज – उद्या निघताना मिसकॉल दे ना.

बाईकवाली : माझ्या मिसकॉलचा मिस्ड कॉल होऊ देऊ नकोस.

पिशवीवाली : नाही ग. उद्या नक्की भेटूया आणि मनसोक्त रडूया. चल पळते. मला अजून मुलीला क्लासवरून आणायचंय. बाय.

बाइकवाली : बाय... सी यू... भेटूया... रडूया...

बाइकवाली बाइक सुरू करते. मैत्रिणीला एक स्माइल देऊन निघून जाते. पिशवीवाली पिशवी सावरीत उद्याच्या रडण्याचा निश्चय पक्का करत चालू लागते.

आळेकरी एकांकिकेत किंवा श्याम मनोहरांच्या कादंबरीत शोभेल असा हा प्रसंग आहे. प्रसंग काल्पनिक असला तरी त्यातील 'क्राइंग रूम' काल्पनिक नाही, किंवा एखाद्या लेखकाला सुचलेली ही भन्नाट कल्पनाही नाही. जपानमध्ये एका हॉटेलात अशा प्रकारची 'क्राइंग रूम' सुरू झालेली आहे. जपानमधील महिलांना रडून मन मोकळं करण्यासाठी 'द मित्सूई गार्डन सोत्यूया' या हॉटेलमध्ये क्राइंग रूमची व्यवस्था करण्यात आली आहे. महिलांना नैराश्य आल्यानंतर मन मोकळं करण्यासाठी जागेची आवश्यकता असते. या रूममध्ये महिलांना मनसोक्त रडता येईल. त्यांना मेकअप् साहित्य, टिश्यू पेपरसारखं साहित्य पुरवलं जाणार आहे. शिवाय महिलांना रडू कोसळण्यासाठी दुःखी पुस्तकंही देण्यात येतील. या पुस्तकांच्या वाचनाने आपोआप डोळ्यांत अश्रू येऊ लागतील. खास व्यवस्था म्हणून महिलांना आईज् मास्क आणि मदतनीस देण्यात येतील. अर्थात त्यासाठी महिलांना पैसे मोजावे लागतील. पण त्या बदल्यात मन मोकळं करण्याचा आनंद इथे खात्रीलायक मिळेल असा हॉटेल व्यवस्थापकाचा दावा आहे.

ही क्राइंग रूमची कल्पना थोडी मजेशीर वाटली तरी अगदीच नवीन नाही. खेड्यांत पाणवठ्यावर गेलेल्या बायकांना परत यायला उशीर व्हायचा. 'हंडाभर पाणी आणायला एवढा वेळ लागतो, का ग ?' असा जाब सुनेला विचारणारी सासू घरात असली, तरी सासूलाही उशीर होण्याचं खरं कारण माहीत असे. कारण

सासूही सून असताना पाणवठ्यावर सुखदु:खाचं बोलत बसलेली असते. बायकांनी विहिरीत सोडलेले पोहरे दगडी भिंतीला लागून वाजतात, फुटतात, गळतात. ते दु:खाचं वाजणं, मनाचं फुटणं आणि डोळ्यांचं गळणं असतं. पाणवठ्यावर बायका मन मोकळं करतात.

एका छोट्याशा गावात आमच्या एका कार्यकर्त्या मित्राने मोठ्या परिश्रमाने काही गोष्टी घडवून आणल्या. रस्त्याची कामं, नळ, पाणी योजना, बँक योजना याबरोबरच हागंदारीमुक्त गाव योजनेचाही त्याने पाठपुरावा केला. विशेषत्वाने बायकांसाठी संडास बांधण्याकरता कलेक्टर ऑफिसात पाठपुरावा केला. सामाजिक क्षेत्रात या मित्राचा चांगला दबदबा होता. तो त्याच्या कामातून निर्माण झालेला होता. योजनेला मंजुरी घेऊन गावात बायकांसाठी संडास बांधले गेले. धूमधडाक्यात या योजनेचं उद्घाटन झालं. स्वत: जिल्हाधिकारी कार्यक्रमाला उपस्थित राहिले. गावात लावलेल्या पताका वाऱ्याबरोबर फडफडल्या. पेढे वाटले गेले. पेपरांत बातम्या झळकल्या. बातमीतल्या फोटोत कार्यकर्ता मित्र कोपऱ्यात अर्धवट दिसत होता. राजकीय नेते मात्र ठळक होते. अर्थात या कार्यकर्त्या मित्राचा 'मरावे परी फोटोरूपी उरावे' असा विचार कधीच नव्हता. उलट, उघड्यावर विधीला जाणाऱ्या गावातल्या बायका आता संडासचा वापर करणार याचं त्याला जास्त समाधान होतं.

उद्घाटनाला शहरातून आलेल्या गाड्या धूळ उडवीत परत गेल्या. गावाचं रहाटगाडगं सुरू झालं. सुरुवातीला एक-दोन दिवस काही बायकांनी नव्या बांधलेल्या संडासचा उपयोग केला. पण नंतर मात्र त्या संडासकडे एकही बाई फिरकेना. ही बातमी कार्यकर्त्या मित्राच्या कानावर गेली. मित्र गावात येऊन धडकला. तरी समाधानकारक उत्तर मिळालं नाही. गावातल्या पुरुषांशी चर्चा केली. फक्त 'तिकडं नको' एवढचं बायका बोलतात, बाकी काही सांगत नाहीत, अशी माहिती मिळाली. बायकांशी बोलायचा तर प्रश्नच नव्हता. म्हणजे समाधानकारक कारण कळालं नाही. तोडगा निघाला नाही. एवढा पाठपुरावा करून बांधलेले संडास वापराविना पडलेले. महिन्याभरात एका संडासाचं दार काढून कोणीतरी नेलं. नळाच्या तोट्या पळवण्याचा प्रयत्न झाला. पण गावातल्या बायका मात्र तिकडे फिरकल्या नाहीत. नेमकं काय घडलं? निवडलेल्या जागेबद्दल काही वदंता असाव्यात. खेड्यात एखाद्या जागेत भुताटकी आहे म्हणून चर्चा होते आणि ती जागा किंवा तो वाडा

ओस पडतो. कदाचित बांधलेल्या संडासबद्दल असे काही गैरसमज असावेत. बायकांना घरातून विरोध झाला असेल. अनेक शक्यता, अनेक प्रश्न निर्माण झाले. या प्रश्नांची खरी उत्तरं गावातल्या बायकाच देऊ शकत होत्या. पण बायका तर पदरामागे चेहरा लपवून गप्प! शेवटी मित्राने शहरातून दोन महिला कार्यकर्त्या सोबत आणल्या. या महिला कार्यकर्त्या घरोघर जाऊन बायकांशी बोलल्या. बायकाही मोकळेपणाने त्यांच्याशी बोलल्या. संडास न वापरण्याचं कारण उजागर झालं. मोकळ्या जागेची सवय असलेल्या या बायकांना बंदिस्त संडासमध्ये प्रशस्त वाटेना, हे एक कारण आपण समजू शकतो. याशिवायची बायकांची आणखी एक तक्रार मोठी धक्का देणारी होती. दिवस-रात्र शेतात, घरात निमूट राबणाऱ्या या बायकांना मन मोकळं करण्यासाठी दुसरी जागाच नाही, म्हणून मोकळ्या जागेवर विधीसाठी गेल्यावर एकमेकींशी बोलून त्या मोकळ्या होत. या बंदिस्त संडासमध्ये ते शक्य नव्हतं. या कारणानं हक्काची मोकळी जागा सोडून बायका संडास वापरायला तयार नव्हत्या. विधीला गेल्यावर एकमेकींशी सुखदुःखाचं बोलणं म्हणजे मन हलकं करणंच आहे. एखादी बोचणारी सल सांगताना एखादीचे डोळे भरून येत असतील. अशा वेळी हक्काचा टिश्यू पेपर म्हणजे ती पदर डोळ्याला लावते. डोळे भरून येण्यासाठी तिला कुठलंही दुःखी पुस्तक वाचण्याची गरज नाही. तिला तिचं रडगाणं पुरेसं आहे. ही मोकळी जागा 'क्राइंग रूम'च्या धर्तीवर मोठीच 'क्रांइग स्पेस' आहे.

अग्निशामक दलाची गाडी नेहमी तयारच असते, तसे बाईचे डोळे पुरुषाच्या तुलनेत केव्हाही भरून येऊ शकतात. येतात. शाळेतही काही मुलींना सरच घाबरून असायचे. रागवायचे नाहीत. कारण या मुली कुणी रागावलं, काही बोललं, की रडून रडून लालबुंद व्हायच्या. रेल्वे स्टेशन, बसस्टँडवर रेल्वे/बस हलताना निरोप द्यायला आलेल्या कित्येक बायकांचे डोळे आजही भरून येताना दिसतात. पुरुषांच्या बाबतीत रडणं हे कमीपणाचं मानलं गेलेलं आहे. पुरुषाने धीरोदात्त असलं पाहिजे, हा संदेश पुरुषाच्या अश्रू निर्माण करणाऱ्या ग्रंथीनेही स्वीकारलेला असावा. म्हणून पुरुषाने कुढलेलं चालतं, पण रडता कामा नये. जगप्रसिद्ध शोकांतिकेतला राजा इडिपस दुःखाने वेडापिसा होतो. शेवटी स्वतःचे डोळे फोडून घेतो पण रडत नाही. म्हणूनच आरती प्रभू दोन डोळ्यांना दोन खाचा म्हणतात. त्यामुळे आसवांचा प्रश्नच उरत नाही. याउलट, बाईचे डोळे सतत पाझरणाऱ्या

खडकासारखे आहेत. हा खडक कुठल्या तप्त लाव्हारसात भाजला गेलाय, ते माहीत नाही.

रागाच्या भरात स्वत:च्या लेकराला आई मारते आणि क्षणात त्याच लेकराला छातीशी घट्ट धरून स्वत:च रडायला लागते. याउलट, काही मुक्या डोळ्यांतला गलबला आकांतापेक्षाही जीवघेणा असतो. काही डोळ्यांत दुःखाची अडगळ झाकून ठेवण्यासाठी हसू टांगलेलं असतं. एकूण काय, तर या 'क्राइंग रूम'ची व्याप्ती फार मोठी आणि आदिम आहे. जपानमधील हॉटेलात सुरू झालेल्या क्राइंग रूममध्ये लावण्यासाठी अरुण कोलटकरांची एक कविता पाठविण्याचा मी विचार करतोय. ती कविता अशी :

कोणीतरी रडतंय मगापासून
कोणीतरी रडत होतं रात्रभर
कोणीतरी रडत बसलंय
युगानुयुगं
तूच का ग
पण तू का रडते आहेस अशी
अविरत
रडायला काय झालं तुला
कोण म्हणालं का काही
कुणी मारलं का
कुठं दुखतंय तुला
खुपतंय का कुठं काही
तू का रडते आहेस
एकटीच
इथं या अरण्यात बसून
की तूच हे अरण्य आहेस
रडणारं.

■■

बाजार

चारेक वर्षांपूर्वी नव्याने उघडणाऱ्या मॉलची सर्वत्र चर्चा होती. गावभर लागलेले होर्डिंग्ज... वर्तमानपत्रांतून मॉलच्या भव्यपणाचं कौतुक करताना ओसंडून वाहणारे रकाने... प्रत्येकाच्या तोंडी मॉलची चर्चा रंगलेली. 'अहो, एवढा मोठ्ठा मॉल. संपूर्ण एअर कंडिशन आहे म्हणे!', 'हे आहे का? ते आहे का? असलं विचारायचं नाही. काय पाहिजे ते ब्रँडेड मिळणार!'... असा मॉलचा बोलबाला वाढतच गेला. शेवटी हे मॉलचं वातावरण एवढं तापलं, की शुभारंभाच्या दिवशी प्रवेशासाठी लोकांना रांगा लावाव्या लागल्या. तरीही लोकं आटोक्यात येईनात. शेवटी पोलिसांना पाचारण करावं लागलं. काहींनी पोलिसांचे दंडुके खाल्ले. दुसऱ्या दिवशी वर्तमानपत्रांत मॉलसमोर लागलेल्या लांबच्या लांब रांगांचे फोटो झळकले. त्यामुळे उर्वरित लोकांची उत्सुकता अधिकच ताणली गेली. परिणामी मॉलची गर्दी काही हटेना. एकमेकांना विचारणं सुरू झालं, 'तुम्ही अजून मॉलमध्ये गेला नाहीत?' या प्रश्नातील 'अजून' वर दिलेला जोर बघून अधिकच मागासल्यासारखं वाटायला लागलं. एखादा उत्साही रसिकमित्र मारधाड सिनेमा पाहून आल्यावर साभिनय स्टोरी सांगतो. त्यात त्याने जवळपास चित्रपटाची गंमतच सांगून टाकलेली असते. तसे मॉलला भेट देऊन आलेले उत्साही लोक भेटल्यावर भरभरून बोलू लागले. तिथले सरकते जिने, रोषणाई, वस्तूंच्या मोहक व्हरायटी, स्वस्त आणि मस्त प्रॉडक्ट्स, बिलिंग पद्धत, दुडूदुडू धावणाऱ्या ट्रॉलीज, तन आणि मन आल्हाददायक ठेवणारं वातावरण... असं काय काय सांगताना लोक थकत नव्हते. हे सर्व ऐकताना इथलं दारिद्र्यच संपून गेलंय, एकदाची मस्त सुबत्ता आलेय असं वाटू लागलं.

उत्सुकता वाढलेली होतीच. शिवाय 'मॉलमध्ये न गेलेला' असा मागासलेपणाचा शिक्काही पुसायला हवा म्हणून एक दिवस मॉलमध्ये गेलो. आता पोलिसांना पाचारण करावं लागावं अशा रांगा नव्हत्या. पण गर्दी मात्र होतीच. खरंच, या शहराच्या मानाने

भव्यदिव्य मॉल होता. लोकांचं कुतूहल ओसंडून वाहत होतं. सरकत्या जिन्यांवर काहीजण तर बागेतल्यासारखे ये-जा करण्याचा खेळ खेळत होते. लोकांची दणकावून खरेदी सुरू होती. ट्रॉलीची गाडी गाडी करीत वस्तू गोळा करीत होते. हातात काटे, चमचे नाचवत काही काही खात होते. आता मॉल बऱ्यापैकी परिचयाचा झालाय. पण नव्याने मॉल अनुभवणाऱ्याला प्रभावित होण्याशिवाय पर्याय नव्हता. ज्यांनी एखाद्या खोलीतलं कागदाच्या पुडीत गूळ-साखर-शेंगदाणे बांधून देतानाचं किराणा दुकान पाहिलंय, किंवा दहा-वीस कपड्यांचे गठ्ठे म्हणजे कपड्यांचं दुकान असा ज्यांचा अनुभव आहे त्या लोकांसाठी हा वस्तूंचा अद्‌भुत झगमगाट टोळे दिपवून टाकणारा होता. गळ्यात मॉलचं ओळखपत्र अडकवून उभ्या असलेल्या तरुण मुलं-मुलींचं हिंदी बोलणं ऐकतानाच ते मराठी भाषक असल्याचं लक्षात येत होतं. दोघेजण तर ओळखीचे विद्यार्थीच निघाले. त्यांना हिंदीतच बोललं पाहिजे अशी ताकीद दिलेली होती. फळानं लगडलेल्या एखाद्या बागेतून फिरावं तसं वाटत होतं.

मॉलमध्ये रमतं मन
थंडगार राहतं तन
मॉलमध्येच उगवतात भाज्या,
लटकणाऱ्या कपड्यांना
लगडतात माणसं,
या चकचकीत लोणच्यापासून
तयार होते कैरी,
या मोहक फुलांसाठीच जन्मलीत फुलपाखरं,
हेच दूध नेऊन भरलं जातं
गायी-म्हशीच्या आचळात,
ही अंडी उधार नेऊन
पक्षी करतात स्वत:ची वंशवृद्धी,
कधीही येऊ शकतात मधमाश्या
या नॅचरल मधाच्या बाटलीवर...

अशा कवितेत केलेल्या कल्पना प्रत्यक्षात उतरल्यावर समाधान वाटण्यापेक्षा धक्काच अधिक बसतो. तीनेक वर्षांपूर्वी छोट्या मुलीला विद्यापीठातील आमराई दाखवायला मुद्दाम घेऊन गेलो होतो. झाडांना मस्त आंबे लागलेले होते. वेगवेगळ्या

जातींची झाडं. वेगवेगळी चव, रंग व आकार असलेले आंबे, हाताने तोडता यावेत असे लोंबणारे आंब्याचे घोस. काही गाभुळे आंबे खाली पडलेले. एका गोटी आंब्याच्या झाडाखाली आम्ही थांबलेलो. त्या छोट्या आकाराच्या आंब्याचं मुलीला कुतूहल वाटलं. एक खाली पडलेला छोटुसा पिवळा आंबा मी तिला दिला. न कापता आंबा खातात हे तिला माहीत नाही. शेवटी तिला मी एक आंबा स्वत: खाऊन दाखवला. मग तिनेही जमेल तसा आंबा खाल्ला. मुळात एवढे लखाटलेले आंबे प्रथमच प्रत्यक्ष बघून ती खूश झाली होती. आता आंबा खाल्ल्यावर तर तिचा चेहरा चांगलाच खुलला. तिला चव आवडली होती. मी मुद्दाम विचारलं, 'कसाय आंबा ? आवडला का ?' तर ती म्हणाली, 'छानय. पण बाबा हा तर फ्रुटीसारखा लागतोय!' हा संवाद कळला असता तर ते आंब्याचं झाड उन्मळूनच पडलं असतं. यात मुलीचीही चूक नाही. तिने आधी घेतलेली फ्रुटीची चव तिच्या डोक्यात पक्की आहे आणि आता नंतर ती आंबा खात होती. त्यामुळे मॉलमधील अंडी उधार नेऊन पक्षी वंशवृद्धी करतो किंवा मॉलमधलं फ्रेश दूध गायीच्या आचळात नेऊन भरलं जातं, असं कवीनं म्हणणं फार अनाठायी ठरत नाही.

धूमधडाक्यात सुरू झालेले असे अनेक मॉल काही दिवसांतच बंदही पडले, पडताहेत. त्यामागेही काहीतरी वेगळं गणित असणारच. वाढत्या लोकसंख्येबरोबर खरेदी करण्याची क्षमता वाढलेल्या लोकांसाठी अद्ययावत बाजारपेठ असायलाच हवी. संकरित बी-बियाण्यांच्या तुलनेत देशी वाण सात्त्विक असणारच ! पण या हायब्रीडमुळेच मुबलक धान्यसाठा आपण करू शकलो, हे मान्य करावंच लागतं. म्हणून आज दुष्काळ पडला तरी पाण्याचा तुटवडा आहे; पण धान्य मात्र पुरेसं उपलब्ध आहे. कुठलाही बदल हा अपेक्षितच असतो. तो स्वीकारावा लागतो. पण पुन्हा त्याचे म्हणून काही दुष्परिणाम असतात.

रंगभूमी, चित्रपटांतून एक संवेदनशील अभिनेता म्हणून संदीप मेहता सुपरिचित आहे. त्याच्या व्यावसायिक नाटकाचे औरंगाबादेत सलग दोन प्रयोग होते. पहिला प्रयोग झाल्यावर दुसऱ्या दिवशी नाश्त्याला घरी येण्याचं ठरलं. घरासमोरच्याच हॉटेलात उतरला असल्यामुळे संदीप सकाळी सहज चालत येऊन पोहचला. गप्पा सुरू होत्या. संदीप मूळ जळगावचा. तीसेक वर्षांपासून आता तो मुंबईत आहे. जाहिराती, चित्रपट, नाटक असा त्याचा दमदार प्रवास आहे. त्याचं वाचन चांगलं आहे. सडेतोड मतं मांडत असतो. गप्पा, खाणं सुरू होतं. तेवढ्यात टेबलावरचं पॅक दही बघून तो

सटकला, ‘अरे, असलं पॅक दही खाण्याशिवाय आम्हा मुंबईवाल्यांना पर्याय नाही. तुम्ही कशाला असलं दही खाता? मस्त ताजं दही मिळतंय इकडं, ते खा की!’ प्रिझर्व्हेटिव्हमुळे हे दही आंबट होत नाही, खराब होत नाही, हे मलाही माहीत होतं. पण ताजं दही आणायला वेळ नव्हता म्हणून समोरच उपलब्ध असलेलं पॅक दही ऐनवेळी आणलं होतं. मग रासायनिक परिणामांवर घनघोर चर्चा झाली.

आपल्या व्यस्त आणि धकाधकीच्या जीवनात वेळ वाचवणारं, सहज उपलब्ध असणारं आणि चकचकीत असणारं आपण स्वीकारतो. त्याला शहरात पर्यायही नाही. या असहायतेचा मग फायदा घेतला जातो. ‘सिर्फ दो मिनिटा’त तयार होणारा पदार्थ आपल्या जगण्याचा भाग बनला. ‘मॅगी तेरी याद में’ आजही अनेकजण दु:खी आहेत. पण दुष्परिणाम समोर आल्यामुळे शांतता आहे. खरंतर यात आपली भूमिकाही निर्दोष नाही. आपल्याला आजारी पडल्याबरोबर ताबडतोब दुरुस्त व्हायचं असल्यामुळे डॉक्टर अँटिबायोटिक्सचा मारा करतात. यातूनच बाजारात उपलब्ध फळं, भाज्या, वस्तू खातरीलायक राहिल्या नाहीत. काहीजणांनी केळी खाणं सोडून दिलंय. पावडरमध्ये पिकवलेल्या पिवळ्याजर्द दिसणाऱ्या आंब्याची चव गायब झाली. दुधात युरिया खत निघालं. हॉटेलात जेवताना हिरव्यागार पालकच्या भाजीचं केलेलं कौतुकही हात धुताना धुऊन गेलं. कारण त्या भाजीत हिरवा रंग होता, हे कळतं. परवा तर तांदळामध्ये न ओळखू येतील असे प्लॅस्टिकचे दाणे निघाले. मग आता खायचं तरी काय? काहीतरी तर खावं लागेलच ना! म्हणून मग आम्ही धुंडाळतो नवनवे मॉल. करतो भरपूर खरेदी. बऱ्याचदा खरेदी ही गरज न राहता करमणूक झाली आहे. बोअर होत होतं म्हणून शॉपिंगला जाणारेही भेटतील. त्यामुळं वस्तूंचं अप्रूप राहिलं नाही. वर्षभरात पाहिजे तेव्हा टरबूज उपलब्ध आहे. पण ते टरबूज कुठल्या पाण्यावर वाढलंय, आणि कसलं इंजेक्शन देऊन पिकवलंय, ते सांगता येणार नाही. लोक खरेदी करताहेत... आस्वाद घेताहेत. अमेरिकन सॉफ्ट चॉकलेट्स गट्टम करणाऱ्या लेकरांना गूळ-शेंगदाण्याची चिक्की खा असं म्हणणं म्हणजे हनीसिंग ऐकणाऱ्यांना दीनानाथ मंगेशकरांच्या गायनाची रेकॉर्डप्लेअर लावून दिल्यासारखं आहे.

व्हिक्टर द्रागुन्स्की नावाच्या लेखकाने छोट्यांसाठी छान छोट्या छोट्या गोष्टी लिहिलेल्या आहेत. एका गोष्टीत नोकरी करणाऱ्या आई-वडिलांचा एकुलता एक मुलगा घरी एकटाच असतो. त्याच्या हट्टामुळे आई त्याला महागडी मोटार घेऊन देते.

ही मोटार बटण दाबताच घरभर पळते. तिचे दिवे लागतात. मुलाला ही मोटार खूप आवडते. एक दिवस घरात एकटाच मुलगा मोटारीसोबत खेळत असतो. तेवढ्यात शेजारी राहणारी त्याची छोटी मैत्रीण येते. दोघे खेळू लागतात. मैत्रिणीलाही ती मोटार खूप आवडते. मैत्रीण ती मोटार त्याच्याकडे मागते. तो छोटा मुलगा 'मोटारीच्या बदल्यात काय देशील?' असं विचारतो. ती मुलगी त्याला एक काड्याची पेटी दाखवते. त्या पेटीत बाभळीचा पाला असतो आणि तो पाला खाणारा एक सोनकिडा असतो. निळसर हिरवा, दोन काळ्या ठिपक्यांचे डोळे असणारा आणि सदैव मिश्यांचा अँटेना हलवणारा तो किडा मुलाला खूपच आवडतो. तो अदलाबदलीला तयार होतो. ती मोटार मैत्रिणीला देऊन तो किडा घेतो. संध्याकाळी घरी आल्यावर आईला मोटार दिसत नाही. म्हणून ती विचारते, तर ती मोटार मैत्रिणीला देऊन त्या बदल्यात सोनकिडा घेतल्याचं तो सांगतो. एवढी महागडी मोटार दिली म्हणून आई रागावते... 'वेडायस का? एवढी महागडी मोटार देऊन हा किडा घेतलास. एवढं काय आहे त्या किड्यात?' मुलगा उत्तर देतो, 'आई, मोटार छान आहे, पण तिचं बटण दाबावं लागतं. हा किडा मात्र जिवंत आहे. म्हणून मला आवडलाय!'

आपण सगळे अशा जिवंत वस्तूंच्या शोधात आहोत. भोवताली मात्र बटनस्टार्ट वस्तूंचा बाजार भरून गेलाय.

■■

झेंडे

डांबरी रस्ते तापू लागलेत. राष्ट्रीय महामार्गावरचे खड्डे चुकवताना ड्रायव्हरचं कौशल्य पणाला लागतंय. टोलवाले इमानेइतबारे पैसे घेऊन पावती देतायत. रस्त्याशेजारचं गवत वाळून गेलंय. दुतर्फा शेतीत दुष्काळाचं सावट दिसतंय. या वर्षीही पुरेसा पाऊस पडला नसल्याच्या खाणाखुणा भोवताली भरून आहेत. रस्त्याच्या बाजूला चरणाऱ्या गुरांच्या फासळ्या स्पष्ट दिसतायत. रसवंतीच्या आडोशाला थकलीभागली माणसं जमू लागलीत. लाकडी चरकाचा बैल गोल गोल फिरतोय. उसामध्ये लपवून लिंबू चिरडलं जातंय. दूरच्या प्रदेशातून आणलेल्या टरबुजांची आरास रचलेली रस्त्याच्या कडेला. नमुना म्हणून लालबुंद टरबूज कापून ठेवलंय दर्शनी भागात. टरबूज हे मूळ चिनी फळ. माणसाच्या रक्तासारखा टरबुजाचा रंग पाहून आरंभी माणूस घाबरला होता म्हणे. आता मात्र या रक्तवर्णी रंगाकडे तो आकर्षित होतो. अचानक एक काळीपिवळी विचित्र कट मारून पुढे निघून जाते. प्रचंड माणसं कोंबलेल्या काळीपिवळीवाल्या ड्रायव्हरला आमचा ड्रायव्हर उत्स्फूर्त शिवी देतो. त्याला दिलेली शिवी बऱ्याचदा आपल्यालाच ऐकू येते. पण स्वत:च्या समाधानाकरिता शिवी मात्र दिली जातेच.

रस्त्याच्या मधेच एखादं गाव लागतं. गाव म्हटलं की कौलारू घरं, पाणवठा, चावडी, देऊळ, शाळा, हिरवेगार शेतमळे असं जलरंगातलं चित्र आता शक्य नसलं तरी किमान गाव म्हटल्यावर घरं दिसायला काय हरकत आहे ? पण खरं गाव असतं रस्त्यापासून दूर कुठंतरी. रस्त्यावर पाच-सहा हॉटेल्स, झाडाला लटकवलेल्या ट्यूब-टायरमुळे लक्षात येणारं पंक्चरचं दुकान, मोकाट फिरणारे कुत्रे, जनावरं, पानपट्ट्या, चहाच्या टपऱ्या. एखादा तेलकट-मळकट भिकारी आणि भोवताली उडणारे प्लॅस्टिकचे तुकडे, तर कधी कोंबडीची पिसं... या नेपथ्यासोबत हमखास ठळकपणे उभे असतात ते होर्डिंग्ज. कुणाचा वाढदिवस, कुणाचं गोड जेवण, कुणाची निवड, तर कुणाची निवडणूक अशा

अनेक कारणांनी होर्डिंग्जवरचे पांढऱ्याशुभ्र कपड्यातील सुवर्णालंकारांनी मढलेले महामानव छद्मीपणाने हसत असतात. अनधिकृत होर्डिंगवरचे हे महामानव राजकारणात कधी अधिकृत होऊन जातात, ते कळतच नाही.

ड्रायव्हर मामांनी स्पीड वाढवलेला होता. अंधारून यायच्या आधी आम्हाला समोरचं गाव गाठायचं होतं. ड्रायव्हर मामांनी त्यांच्या आवडत्या इंदुरकर महाराजांच्या कीर्तनाची सीडी लावलेली. या प्रबोधनी कीर्तनातील रोखठोक विचार आणि गावरान भाषा ग्रामीण लोकांपर्यंत पोहचायला पूरक. या कीर्तनकाराची शैलीही खिळवून ठेवणारी. असं नामी बोलणाऱ्याला खेड्यात मोठा मान असतो. त्यामुळे या महाराजांचा भारी दरारा. कीर्तन सुरू आहे. कीर्तनात मधेच उठलेल्या एका गावकऱ्याला महाराज चालू कीर्तनात हटकतात... 'ये ऽऽऽ मधीच कामुन उठला रं... ? तुला लघी नाही आली... एकतर तुला शायनिंग मारायची असंल, नाहीतर चपल्या चोरायच्या असतील...' (लोकांचा खळखळून हसण्याचा आवाज) कीर्तनकार महाराजांनाही हसू आवरेना. टाळ-पखवाज वाजायला लागतात... विठ्ठला... विठ्ठला... सुरू होतं. हा डायलॉग डोक्यात असतानाच पुढे एक गाव लागतं. होर्डिंगवरचे पांढऱ्याशुभ्र कपड्यात उभे सुवर्णजडित महामानव दिसतात आणि कीर्तनकाराचा डायलॉग मला आठवतो... 'ये ऽऽऽ मधी कामुन उठला रं... ? तुला शायनिंग मारायची असंल, नाहीतर चपल्या चोरायच्या असतील...' विठ्ठला... विठ्ठला... विठ्ठला...'

आता आम्हाला पोहचायचं ते गाव अवघं पंधरा कि.मी. अंतरावर आहे. दुतर्फा शेतमळ्यांतील घरांवर झेंडे दिसायला लागतात. तुरळक असणारे झेंडे आता दाट व्हायला लागतात. झाडावरही झेंडे फडकतायत. गाव जवळ येतंय आणि झेंडे वाढतच जातायत. गावात प्रवेश करतो तर झेंडेच झेंडे! दुकानावर झेंडे, इमारतींवर झेंडे, झाडांवर झेंडे! लाइटच्या खांबावर झेंडे, एसटीवर झेंडे, रिक्षावर झेंडे, जीपवर झेंडा, कारवर झेंडा, मोटरसायकलवर झेंडे, हातगाड्यांवर झेंडे, पानटपरीवर झेंडा, पाणपोईवर झेंडा, टी-स्टॉलवर झेंडा, पुतळ्याच्या हातात झेंडा, दुभाजकावर झेंडे. चौकात पताकाही झेंड्यांच्याच. मोहराने आंब्याचं झाड भरून जावं तसे गावात झेंडे लखाटलेले. पुराचं पाणी वाढत जाताना भीती वाटावी तशी आता या झेंड्यांची दहशत वाटतेय. माणसं राहणाऱ्या या गावाचं 'झेंडेपूर' झालेलं.

स्थानिक मित्राला सोबत घेऊन बाहेर पडलो. रस्त्याने जाताना एक गोष्ट लक्षात आली. रस्त्याल्या दुभाजकावर ओळीने झेंडे लावलेले. पण हे झेंडे रोवण्यासाठी दुभाजकातील हिरवीगार झाडं चक्क उपटून टाकण्यात आली होती. हिरवं झाड उपटून तिथं झेंडा रोवावा, असा जगात कुठला झेंडा असेल असं मला वाटत नाही.

खरंतर हे वळवळणाऱ्या झेंड्यांचं एक स्वप्न होतं असं म्हणायला मला आवडलं असतं. म्हणजे गार वारं लागलं. डोळा लागला आणि झेंड्यांनी लखाटलेल्या गावाचं स्वप्न पडलं. असं काहीसं. पण हे मात्र वास्तवातलं गाव होतं. ज्या गावात असंख्य झेंडे नुसते वळवळत होते. माणसापेक्षा झेंडेच ठळक झाले होते. हे झेंडे एका विशिष्ट आविर्भावात फडकत होते. त्या फडकण्यात एक ईर्ष्या जाणवत होती. मधेच एक मोटारसायकलचा ताफा हातातले झेंडे नाचवीत एका दिशेला गेला. कुठं जायचंय त्यांना ? त्यांच्या घोषणा भीतिदायक का वाटतायत ?

गल्लीबोळ ओलांडत, झेंड्यांतून रस्ता काढत एका जुनाट वाड्यासमोर येऊन आम्ही थांबलो. हे घर होतं समाजवादी विचारांच्या जुन्या कार्यकर्त्यांचं. उजव्या सोंडेचा गणपती दुर्मीळ म्हणून लोक मुद्दाम दर्शनाला जातात, तसा या भेटीमागचा उद्देश. हा समाजवादी विचारांचा पन्नासेक वर्षांपासून निष्ठावान सक्रिय समर्थक. वातावरण बदलत गेलं तसे सोबतचे लोक पक्ष सोडून गेले. म्हणजे लोकांनी हातातला आणि घरावरचा झेंडा सोयीप्रमाणे बदलला. कुणी नगरसेवक, कुणी जि.प. सदस्य, कुणी नगराध्यक्ष, तर कुणी आमदार झाला. पण या निष्ठावान माणसाने समाजवादी डावा विचार सोडला नाही. 'निष्ठावान', 'तत्त्वनिष्ठ' म्हणायला आपल्याला बरं वाटतं; पण तालुक्याच्या या गावात ही निष्ठा टिंगलीचा विषय होती. या सत्शील कार्यकर्त्याने उदरनिर्वाहासाठी पंक्चरचं दुकान चालवलं. त्यात आता प्रगती म्हणजे एका जिल्हा दैनिकात पत्रकार म्हणून काम करतायत. सोबतचे मोठे झाले, पैसेवाले झाले म्हणून ना खेद, ना खंत. अजूनही त्यांच्या पक्षाला चांगले दिवस येतील असा त्यांना विश्वास आहे. म्हणूनच राजकारणात राहूनही चेहऱ्यावर निर्मळपणा शाबूत आहे. त्यांच्या पत्र्याच्या खोलीत बसून प्यायलेल्या चहामध्ये आत्मीयता होती. निघताना अंगणात उभं राहून बोलत होतो. त्यांच्या घरावरही गावभर फडकणाऱ्या झेंड्यांसारखा एक झेंडा फडकत होता. त्या झेंड्याचा रंग यांच्या समाजवादाशी जुळणारा नव्हता, म्हणून सहजच झेंड्याबद्दल विचारलं. तर त्यांचं सोपं-साधं उत्तर तयार होतं. 'पोरं बाळंच घरावर झेंडे आणून लावितेत.

पोरायला कशाला नाराज करायचं? म्हणलं लावू द्या. आपला विचार थोडाच बदलणाराय?' या काळातल्या अशा दुर्मीळ प्राण्याचा निरोप घेऊन बाहेर पडलो.

जबरदस्ती घरावर झेंडा लावण्याचा अनुभव मीही या निवडणुकीत घेतलेला होता. दहावी-अकरावीतील सहा-सात मुलं भर दुपारी बेल वाजवतात. दार उघडलं तर हातात एक झेंडा देतात. दारावर स्टिकर तर लावूनही झालंय. एका राजकीय पक्षाचा झेंडा घरावर लावण्यासाठी दिलेला. 'हा झेंडा घरावर का लावायचा? या पक्षाने आमचे काही प्रश्न सोडवलेत का?' अशा कुठल्याच प्रश्नांची त्या मुलांजवळ उत्तरं नव्हती. त्यांच्या मते, 'बाकी काही असू द्या; घरावर झेंडा मात्र आमचा लावा.' तो झेंडा मी मुलांच्या समाधानाकरिता ठेवून घेतला. त्यांना बोलू लागलो. 'हा झेंडा ज्या घरावर लावलाय, त्या घरात नियमित नळाला स्वच्छ पाणी येत नसेल, लोड शेडिंगमुळे वीज उपलब्ध नसेल, समोरची गटारं साफ केली जात नसतील, तर तुमच्या झेंड्याचा अपमान नाही का होणार?' पण त्यांना फार चर्चा नको होती. त्यांचा झेंडा घरावर फडकणं महत्त्वाचं होतं. मुलंच ती; धाडधाड आली तशी निघूनही गेली. तो झेंडा (किंवा कुठलाही) लावण्याचा प्रश्नच नव्हता. आपण चांगला युक्तिवाद केला, या समाधानात दोन दिवस उलटून गेले. तिसऱ्या दिवशी कॉलनीत आमच्या घरासह सगळ्या घरांवर डौलात झेंडे फडकत होते. आम्ही पाहतच राहिलो.

काही वर्षांपूर्वी असेच त्रासदायक ठरतील असे झेंडे एकदा फडकले होते. एका मुख्य चौकातील विजेचा खांब. या खांबाला मोजून सोळा-सतरा झेंडे लावलेले. अनेक रंगांचे, अनेक पक्षांचे झेंडे मालकी ऐटीत फडकत होते. हा केविलवाणा खांब डोक्यातून जाईचना. महाविद्यालयीन दिवस होते ते. शेवटी एक 'स्ट्रीट पोल' नावाची कविता लिहून झाली..

ऐन रस्त्यातला खांब
मला म्हणाला थांब
मी थबकलो
तारांनी जखडलेला
आणि झेंड्यांनी लखाटलेला
देह सावरीत खांब बोलू लागला,
'अरे तुमच्या जयंत्या होतात
नेते येतात, मिरवणुका-जलसे निघतात

प्रत्येकाचे झेंडे मात्र आम्हाला लागतात
भगवा, हिरवा, निळा, तर कधी काळाही
प्रत्येक झेंडा फडकत असतो मालकी ऐटीत
बाबांनो, एकतर आम्ही दिव्याचे खांब राहू
नाही तर चक्क ध्वजदंड होऊ
या झेंड्यांच्या ओझ्यानं
आमचे देह खालावतील
मग कुणाच्या भावना दुखावतील
नंतरचा रक्तपात पाहता पाहता
आमचे दिवेच मंदावतील,
म्हणून आता ठरवूनच टाका
हवेत दिवे का झेंडेच हवे
ऐन रस्त्यातला खांब
मला म्हणाला थांब.

पंचवीस वर्षांपूर्वी लिहिलेली ही कविता. या कवितेने स्पर्धांतून अनेक पारितोषिकं मिळवून दिली. तेव्हा आर्थिक पाठबळही दिलं. वाटलं, संपलं तिचं काम. जुन्या काळचं नाणं ठेवून द्यावं तशी ही कविता ठेवून दिली. म्हणजे तिला संग्रहातही समाविष्ट केलं नाही. पण आता प्रासंगिक प्रतिक्रिया म्हणून बाजूला ठेवलेली ही कविता पुन्हा एकदा माझ्या डोक्यावर फडकू लागलेय.

■■

मार्गदर्शन

प्रदर्शित झालेला नवा चित्रपट पूर्वी छोट्या गावात उशिराने लागायचा. त्यामुळे पहिल्या दिवशी पहिला शो पाहण्यासाठी तिकीट खिडकीवर रांगा लागायच्या. नव्या चित्रपटाबद्दल प्रचंड उत्सुकता ताणलेली असायची. पहिल्या दिवशी पहिला शो पाहणारा चंद्रावर पाऊल ठेवणाऱ्या नील आर्मस्ट्राँगच्या थाटात गावभर मिरवत असे. पण आजकाल नव्या तंत्रज्ञानामुळे नवा चित्रपट गावोगाव गल्लीबोळांतल्या टॉकिजमध्ये एकाच वेळी लागतो. त्यामुळे फारशा रांगा लागत नाहीत. उलट, मोठ्या टॉकिजचं अस्तित्व धोक्यात आलंय. अनेक ठिकाणी नवाकोरा चित्रपट सहज उपलब्ध असल्यामुळे प्रेक्षकांची सोय झालीय.

नाटकाच्या बाबतीत मात्र अजूनही दुष्काळ आहे. नव्हे, तो अधिकच वाढलाय. चांगल्या नाटकांचे मुंबई-पुण्याबाहेरचे प्रयोग दुर्मीळ होत चालले आहेत. अशा परिस्थितीत कधीतरी एखाद्या चांगल्या व्यावसायिक नाटकाची जाहिरात झळकते. विनाविलंब आपण तिकीट बुक करतो. प्रयोगाच्या दिवशी उत्सुकतेने नाटकाला जातो. नाट्यगृहातील हवंहवंसं वातावरण प्रसन्न वाटतं. तो मंद हलणारा लाल पडदा. हातात तिकीट नाचवत स्वतःची सीट शोधणाऱ्यांची लगबग. पडद्यामागे उजवीकडून डावीकडे व डावीकडून उजवीकडे वाजणारा घंटेचा आवाज. बंद पडद्यातून कमावलेल्या आवाजात अनाउन्समेंट होते. थोड्याशा मिस्कील शब्दांत मोबाइल सायलेंट करण्याविषयी सांगितलं जातं. नाटक सुरू व्हायची वेळ आलेली. मधेच उशिराने आलेलं एक जोडपं जागा शोधून चटकन बसण्याऐवजी 'हाय-हॅलो'मध्ये मश्गूल असतं. तिसरी घंटा होते आणि अधीर पडदा प्रसन्न संगीताच्या साथीने बाजूला सरकत जातो. प्रेक्षकांतले दिवे मंद होतात. रंगमंच उजळतो. नाटक सुरू होतं. वेगळ्या विषयवरचं दोन पात्री नाटक. संपूर्ण नाटक एका महानगरीय लोकलच्या डब्यात घडतं. त्यामुळे 'मुक्काम पोस्ट : दिवाणखान्या'त

अडकलेलं मराठी नाटक पार लोकलच्या डब्यात आलेलं. नायक-नायिकेची भूमिका करणारे कसलेले व्यावसायिक कलाकार होते. नाट्य रंगत गेलं. प्रयोग अप्रतिम झाला. पडदा पूर्ववत बंद झाला. प्रेक्षकांतले दिवे उजळले. प्रेक्षक स्वत:च्या कथानकात परतले.

आम्ही काहीजण कलावंतांना भेटण्यासाठी स्टेजच्या मागे गेलो. नाटकातील कलावंत आणि दिग्दर्शक मोठ्या विनम्रतेने सगळ्यांना भेटत होते. खरंतर अजून कलावंतांनी मेकअपही उतरवला नव्हता. बऱ्यापैकी परिचय असल्यामुळे आम्ही दिग्दर्शकाशी बोलत होतो. तेवढ्यात 'सर आले, सर आले' अशी कुजबुज झाली. एक ज्येष्ठ प्राध्यापक त्यांच्या शिष्यांसह येऊन दाखल झाले. तेवढ्या गडबडीत त्यांच्या एका उपस्थित शिष्याने त्या ज्येष्ठ प्राध्यापकाला चरणस्पर्श केला. एका शिष्याने ज्येष्ठ प्राध्यापकाची कलावंतांशी ओळख करून दिली. दिग्दर्शकाने आदराने विचारलं, 'सर, कसं वाटलं नाटक?' झालं! ज्येष्ठ प्राध्यापकाने अदृश्य माइक हातात घेतला आणि बोलणं सुरू झालं. प्रयोग आवडलेले अनेक प्रेक्षक कलावंतांना भेटायला आले होते. दोन्ही कलावंतांनी उत्तम अभिनय तर केला होताच; शिवाय मालिकांमुळे घराघरांत पोचलेले हे दोघे कलावंत असल्यामुळेही प्रेक्षकांना उत्सुकता होती. काही तरुण मुला-मुलींना त्या दोघांची स्वाक्षरी घ्यायची होती. काहींना त्यांच्यासोबत फोटो काढायचा होता. पण ज्येष्ठ प्राध्यापकाचं बोलणं काही संपेचना. ते ग्रीनरूमचा ताबा घेतल्यासारखं हातवारे करत बोलत होते. सोबतच्या शिष्यांच्या चेहऱ्यावर कौतुक दिसत होतं. बोलताना अभिप्रायाचं रूपांतर मार्गदर्शनात झालेलं होतं. दिग्दर्शक बिचारे 'हो, हो' करत होते. ज्येष्ठ प्राध्यापकांच्या सूचनांत काही दम नव्हता; पण सूचना काही थांबेनात. 'दुसऱ्या अंकाला स्पीड हवा होता', 'पात्रांनी सायको-टेक्निकचा वापर करायला पाहिजे होता', 'पात्रांची इन्व्हॉल्व्हमेंट काही जागी कमी पडतेय' अशी शेरेबाजी सुरूच होती. दिग्दर्शक, कलावंत अस्वस्थ झाल्याचं स्पष्ट जाणवत होतं. तरीही ज्येष्ठ प्राध्यापकांचं थिअरॉटिकल बोलणं काही थांबेचना. शेवटी 'पहिल्या अंकाला ट्रीटमेंट वेगळी हवी होती...' हे ज्येष्ठ प्राध्यापकांचं वाक्य थांबवत दिग्दर्शक बोलले, 'सर, असं व्हेग बोलू नका. ट्रीटमेंट वेगळी म्हणजे नेमकी कशी हवी होती, ते सांगा.' ज्येष्ठ प्राध्यापक चपापले. त्यांना काय म्हणायचं होतं ते नेमकेपणाने सांगता येईना. त्यामुळे या लक्षवेधी मार्गदर्शनाची निरर्थकता सगळ्यांच्याच लक्षात आली. पण तसं बोललं कुणी नाही.

एक चांगला प्रयोग नुकताच पाहिलाय, प्रयोगाचा अनुभव आत जिरतोय, म्हणजे चांगल्या प्रयोगानंतर येणारं भारावलेपण अजून आहे... अशा अवस्थेत रंगकर्मींना भेटून त्यांना दाद देणं, अभिनंदन करणं हा रसिकतेचा एक चांगला रिवाज आहे. बारशाला गेल्यानंतर लेकराला 'नकटं' म्हणायचं नसतं. उलट, 'गोबऱ्या गालात नाक लपलंय,' असं म्हणायचं असतं. तसं प्रयोगानंतर भेटताना दाद देणं, कौतुक करणं अपेक्षित असतं. इथं तर प्रयोगालाही नाव ठेवायला जागा नव्हती. दिग्दर्शक, कलावंतांचा चांगला दबदबा होता. तरीही नम्रतापूर्वक ते ज्येष्ठ प्राध्यापकांचं ऐकून घेत होते. एखादा ऐकून घेतोय म्हणून किती ऐकवावं ? शेवटी या मार्गदर्शनात नाटकाच्या व्याख्याच सांगायच्या बाकी होत्या. मुळात नाटक हा प्रत्यक्ष रंगमंचावर मनापासून खेळायचा खेळ आहे. क्रिकेटच्या सामन्याचं रसभरीत धावतं वर्णन करणारा समालोचक खेळाडूला मार्गदर्शन करू लागला तर अवघड परिस्थिती निर्माण होईल. पण आपल्याकडे सर्व क्षेत्रांत मोफत आणि सहज उपलब्ध असलेली गोष्ट म्हणज मार्गदर्शन! रात्री कंपाउंडच्या गेटला कडीकुलूप लावून घरात गुडुपचूप झोपणारे सीमेवरच्या सैनिकांना राष्ट्रभक्तिपर मार्गदर्शन करायला तयार असतात.

अनेक कलावंतांनी कुठलंही प्रशिक्षण न घेता स्वतःला प्रयोगात सिद्ध केलेलं आहे. अशांना पुस्तकी मार्गदर्शनाची गरज नसते. सगळे सिद्धान्त त्यांनी स्वतःच्या पद्धतीने समजून घेतलेले असतात. जो प्रत्यक्षात सिद्ध करतो, त्याला पुन्हा सिद्धान्त सांगण्याचे प्रयत्न मार्गदर्शकांच्या हट्टापायी होत असावेत. आधीपासूनच आपल्याकडे मार्गदर्शकाबद्दल (गुरूबद्दल) आदराची भावना आहे. या आदरापोटी पटलं नाही तरी ऐकून घेतात. हा आयता आदर मिळवण्यासाठी कुणीही कोणत्याही विषयावर मार्गदर्शन करायला एका पायावर तयार असतो.

कोणी कुणाला मार्गदर्शन करावं, याचे काही संकेत आहेत. तसंच केव्हा, कुठे आणि कधी मार्गदर्शन करावं, याचेही काही नियम असायला हवेत. आपल्याकडे वकूब नसलेला माणूस अधिकारवाणीने मार्गदर्शन करत असतो. याचं सगळ्यात चांगलं उदाहरण म्हणजे सराईतपणे गाडी चालवणाऱ्या ड्रायव्हरला शेजारच्या सीटवर बसलेला बिनधास्त मार्गदर्शन करत असतो. बऱ्याचदा शेजारी बसणाऱ्याला स्वतःला गाडी चालवता येत नसते, पण व्यवस्थित मार्गदर्शन मात्र सुरू असतं. क्रिकेटची मॅच पाहत असतानाच्या कॉमेंट्स भावनिक असल्या तरी मार्गदर्शकही

असतात. 'तेंडल्यानं हा रन घ्यायला नको होता', 'धोनीनं जडेजाला शेवटची ओव्हर देऊन माती खाल्ली,' 'टॉस जिंकल्यावर बॅटिंग घ्यायला हवी होती' असे फुकटचे सल्ले अधिकारवाणीने दिले जातात. सल्ला देताना आपल्याला मैदानाचा अनुभव असायला हवा हे आवश्यक नसतं. सल्ला देणाऱ्यांनी एकदा मॅचची पहिली ओव्हर खेळून बघावीच. नवा चकाकणारा लालबुंद चेंडू 'सुईई' करत कानाजवळून जातो ना तेव्हा कळू शकतं चौका-छक्का मारणं म्हणजे काय असतं ? प्रेक्षक म्हणून आपल्याला प्रतिक्रिया देण्याचा अधिकार नक्कीच आहे. पण म्हणून मार्गदर्शनही करणं बरोबर नसतं.

कुठलाही कार्यक्रम असू द्या, कुठलाही विषय असू द्या, 'पाहुण्यांनी मार्गदर्शनपर दोन शब्द बोलावेत-' असं म्हटल्याबरोबर जो कोणी बोलायला उठतो तो ज्ञानाचा उद्‌गाता झालेला असतो. माइकचा शोध लागल्यापासून मार्गदर्शकांच्या संख्येत वाढ झालेली असावी. पण तसं म्हणावं तर माइकशिवायही जमेल तिथं, जमेल तसं मार्गदर्शन अव्याहत सुरूच असतं. पार ऋषिमुनींच्या मार्गदर्शनापासून ते 'ताईचा सल्ला', 'विचारा तर खरं', 'वहिनींचा सल्ला', 'कार घेताना', 'फ्लॅट घेताना', 'आरोग्याचा सल्ला' इत्यादी इत्यादी ते सेल्फी मार्गदर्शन वर्गापर्यंत घनघोर मार्गदर्शन सुरू असतं. लोकही मोठ्या आत्मीयतेने प्रश्न विचारत असतात. 'माझे वय पंचेचाळीस वर्षं आहे. मला ऑफिसात रोज आठ तास बैठे काम करावे लागते. शरीर जास्तच स्थूल झालेले आहे. चालताना त्रास होतोय. काय करावे ?' अशा अनेक त्रस्त प्रश्नांना मन:पूर्वक, सविस्तर मार्गदर्शन होताना आपण पाहतो; वाचतो.

एका अंत्यविधीसाठी स्मशानात गेलो होतो. तिथे काही समाध्या बांधलेल्या दिसल्या. एक चकचकीत टाइल्स लावून सजवलेली समाधी होती. उत्सुकतेने जवळ जाऊन पाहिलं तर कोनशिलेसारखा मजकूर वाचनीय होता, 'आमचे प्रेरणास्थान व मार्गदर्शक' म्हणून समाधीत निवांत झोपलेल्या गृहस्थाचं नाव होतं. त्या नावापुढे 'माजी जिल्हा परिषद सदस्य (अपक्ष)' असा मजकूर होता. चिरनिद्रा घेणारं मार्गदर्शन परवडलं. एका दरवाजावर चक्क लटकणारं मार्गदर्शनही पाहण्यात आलं. एका प्राध्यापक महोदयांनी घरावर भलीमोठी नेमप्लेट लावलेली होती. त्यांना मिळालेल्या पदव्या, शेवटी 'पीएच. डी. गाइड' असा भरगच्च मजकूर नेमप्लेटमधून उतू जात होता.

मार्गदर्शनाच्या सुकाळामुळे काही विद्यार्थी आता मार्गदर्शक निरखून-पारखून घेताहेत. 'आम्हाला असे मार्गदर्शक (प्रमुख) नकोत', असे ठामपणे सांगताहेत. संप करताहेत. तासिका बंद करताहेत. म्हणजे ही चर्चा मार्गदर्शनाबद्दलचीच आहे. यातलं राजकारण घडीभर बाजूला ठेवूया; पण आयुष्याच्या प्रवासात मार्गदर्शकाचं महत्त्व नाकारताच येत नाही. आपला मार्गदर्शक कर्तृत्ववान असावा, पारदर्शक असावा, ही विद्यार्थ्यांची अपेक्षा रास्तच आहे. हे शहाणपणाचं मार्गदर्शन त्यांना अनुभवातून मिळालं असावं. वेल वाढताना डावीकडे वळते तशी उजवीकडेही वळू शकते. फक्त तिचा प्रकाशाकडे जाण्याचा प्रवास अखंडित असायला हवा. हे माझं मार्गदर्शन नव्हे; एक प्रांजळ अपेक्षा आहे.

■■

निघून गेला आहे...

वडाखालच्या मारोतीजवळ चांगलंच ऊन चमकतंय. या उन्हात पदरानं डोकं झाकून बायका केव्हाच्या बसल्यात. मधेच वेशीकडच्या वाटेवर धुरळा उडतो. बायकांच्या माना आशेने रस्त्याकडे वळतात. कुणाचं तरी तोडलेलं झाड घेऊन जाणारी ट्रॅक्टरची ट्रॉली खडखडत असते. घरची कामंधामं तशीच पडून आहेत. म्हाताऱ्या, तरण्या, संसारी, परकरी पोरी, बायका वाट पाहत बसल्यात. एवढी वाट तर माहेराहून घ्यायला येणाऱ्या गाडीचीही पाहिली नव्हती. आज मात्र चार चार घंटे अंगातलं रक्त तापवीत बसून राहावं लागतंय. रात्री-बेरात्री पुरुष मंडळी कंदील-बॅटऱ्या घेऊन तयार असतात. कालपासून टँकर आलेलाच नाही. चारशे उंबऱ्यांचं तहानलेलं गाव. दुष्काळी गाव म्हणून निर्माण झालेली नवीन ओळख. नेते आले. तळमळीने बोलले. त्यांचे बोल हवेत विरले. गाव कोरडाच. विहिरी आटल्या. नदीत तर वाळूही शिल्लक नाही. प्लेगच्या साथीपेक्षाही भयंकर अशी आत्महत्येची साथ आलेय. रानात उगवलेलं वाळून गेलं. बंद पडलेल्या हापशाजवळ भांडी, कळशा, बघोन्यांची रांग लागलेय. त्या रांगेतल्या नंबरवरून भांडाभांडी, तर कधी मारामारीही झाली. बायकांनी एकमेकींच्या झिंज्या धरल्या. पण टँकर काही वेळेवर येईना. परवा तर एका बाईला रांगेत घेरी आली. तिच्या तोंडावर पाणी मारावं तर पाण्याची बोंब. कुणींतरी घरातला रांजण खरवडून ग्लासभर पाणी आणलं म्हणून भागलं. नुस्तंच आभाळ भरून येतं. मधेच कधीतरी उंदीर मुतल्यासारखा पाऊस पडतो. एखाद्या कंजूष दानशूरानं पाखरासाठी स्वत:चा खरकटा हात झटकावा तसे चार शिंतोडे पडतात.

चिंताक्रांत बायका बसल्यात ओट्यावरच्या तुटपुंज्या सावलीत. बोलणार तरी काय? बोडख्या कपाळासारखी शांतता. न बोलावं तर वेळ कसा कटणार? म्हणून बायका बोलतायत.

चार बायका खोदून खोदून विचारतायत प्रयागाबाईला. घडाघडा बोलतायत प्रयागाबाई... 'असा वंगाळ वकत. तरीबी ट्रॅक्स करून आम्ही आठ-धाजण पोरगी पाहायला गेल्तो. पाव्हणेबी आपल्यासारखेच. पन पाऊसकाळ बरा असलेले. खाऊनपिऊन सुखी. तरतरीत पोरगी. नाकीडोळं देखणी. चांगली बारावी शिकल्याली. दाखवायचा कार्येक्रम यवस्थित झाला. आम्हाला पोरगी पसंद पडली. खरंतर तिथंच कुंकाचा कार्येक्रम उरकायचा पन हे दुष्काळाचं घोडं मधीच आलं. पार दिवाळीपतुर सारं लांबलं. गोडाधोडाचं जेवण झालं. आम्ही गावाची वाट धरली. कधी नव्हं ते आमच्या पोराला पोरगी पसंद पडल्याली. त्यामुळं पोरगं खुशीत व्हतं. सूनबाईला पुढी शिकवायाचा त्याचा इचार होता. दोघाचा जोडा लक्ष्मी-नारायणाचा...' तेवढ्यात न राहवून एक बाई बोललीच, 'मंग माशी शिंकली कुठं?' प्रयागाबाई गहिवरल्या. 'कशान् की काय माय, कुण्या चांडाळाची नजर लागली. चार रोजानी पाव्हण्याचा कागूद आला. ठरलेलं लगीन मोडलं. काय तर म्हणं आमचं ठिकाण पसंद न्हाई.' जमलेल्या बायकांना टँकरच्या प्रतीक्षेतही ठिकाण का पसंत नाही याची उत्सुकता होतीच. नाकारण्याचं नेमकं कारण ऐकायला उत्सुक असलेली एक म्हातारी बोललीच, 'एवढं राजबिंडं, हुश्शार पोरगं ठोकरून लावायला काय धाड बडवली त्या तालेवारायला. काय काळ आला रं देवा!'

तेवढ्यात रस्त्यावरचा धुरळा उडाला. आता मात्र पाण्याचा टँकर आलेला होता. बायका सावध झाल्या. शत्रूची चाहूल लागताच सैनिकांनी शस्त्र रोखून सज्ज व्हावं तशा हंडे-कळशा घेऊन बायका तय्यार झाल्या. भांड्याला भांडी लागली. गावात गलका झाला. 'टँकर आलाय, टँकर आलाय.' या गोंधळात प्रयागाबाईच्या पोराची सोयरीक मोडण्याची गोष्ट पूर्ण झाली नाही. पण त्या मोडलेल्या सोयरिकीची सल कायम होती. खरंतर प्रयागाबाईचा पोरगा चांगला धट्टाकट्टा. डी.एड. झालेला. शिक्षकाच्या नोकरीसाठी दहा लाख देणं शक्य नव्हतं, नाहीतर आयत्या पगाराच्या नोटा मोजत बसला असता. घरात दहा एकर शेती. शेवटी बापाबरोबर शेती करू लागला. तीन वर्षांपासून पाऊस नाही. परिस्थिती बिघडली. गाव कंगाल झालं. प्यायलासुद्धा पाणी नाही. कुणाच्या घरी दिवसा पाहुणा आला तर घरात बाई दिसणार नाही. हंडे-कळशा घेऊन बाई बसलेली टँकरच्या रांगेत. नाहीतर दूरवरच्या विहिरीतलं पाणी खरडण्यासाठी पायपीट करायला गेलेली. शेत ओसाड झालेलं. तिथं काही काम नाही. मग बापे माणसं अंगणातल्या खाटेवर बिड्याचा धूर काढीत, नाहीतर तंबाखू चघळत बसलेले.

आधी टँकर गावातल्या कोरड्या विहिरीत रिकामा केला जायचा. टँकरच्या पाइपचं पाणी थेट विहिरीत सोडलं जायचं. वरतून खाली खडकावर पडणाऱ्या पाण्याचा मोठा आवाज व्हायचा. खालच्या गाळात पाण्याची धार पडल्यामुळे पाणी गढूळ व्हायचं. तसं गढूळ पाणी मग पोहऱ्याने शेंदून घ्यावं लागायचं. त्यामुळे पाइपातून पाणी विहिरीत पडतानाच काठावरून भांडी-कळशा भरून घेण्यासाठी धडपड सुरू असे. पाइपाच्या धारेला भांडं धरलं की फोर्समुळे चटकन भरून जाई. ही वरच्या वर भांडं भरायची पद्धत सर्रास झाली. एक दिवस तेरा-चौदा वर्षांची परकरी पोरगी वरच्या वर घागर भरू लागली. घागरीचं तोंड लहान. तिनं पडतं पाणी धरण्यासाठी विहिरीच्या आतल्या बाजूने घागर धरली. घागर भरत गेली. वजनदार झाली. ती वजनदार घागर सांभाळताना या पोरीचे काठावरचे पाय आधर झाले. आत तोल गेला. घागरीसगट पोरगी खडकावर आदळत तळाशी गेली. भलामोठा आवाज करणारी टँकरची मोटर कुणीतरी बंद केली. मोटार शांत झाली. घागरीसकट मुलीला वरती काढलं. मुलगीही शांत झालेली होती. गावातला गलका मात्र वाढतच गेला. बातमी पंचक्रोशीत पोहचली.

घटना घडत गेल्या. बापे चिंताक्रांत झाले. बायका डोळ्याला पदर लावू लागल्या. तरी टँकर थांबला नाही. एका परकरी पोरीचा जीव गेला म्हणून थेट विहिरीत पाणी टाकणं बंद झालं. आता बंद पडलेल्या हापशाजवळ टँकर येऊन उभा राहायचा. टँकरची वाट पाहत बायका-पोरी रांगेत बसून तोंड हलवायच्या. मग जुनेपाने विषय निघायचे. एक दिवस नेहमीप्रमाणे टँकरची वाट पाहत बायका बसलेल्या. एकीने प्रयागाबाईला छेडलंच, 'कामुन मोडली असंल त्यायनी सोयरीक ?' प्रयागाबाईचंही साठलेल्या अपमानाचं बेंड ठसठसत होतंच. बाई बोलायला लागल्या आणि एक भयंकर गोष्ट बाहेर आली. सोयरीक मोडली तरी मोडण्याची कारणं स्पष्ट होत नव्हती. हुंड्याचा प्रश्न सुटलेला होता. मुलगा आणि मुलीने एकमेकांना पसंत केलेलं होतं. तरीही मुलीकडच्यांनी सोयरीक मोडली होती. मुलाचे वडील मुलाच्या हट्टामुळे स्वतः जाऊन चर्चा करून आले तेव्हा खरं कारण पुढं आलं. मुलीच्या वडलांचं म्हणणं होतं, 'या गावात दिलेल्या प्रत्येक पोरीचं आयुष्य पाणी भरण्यातच बर्बाद होणार.' या गावाची दुष्काळी ख्याती कानी येत गेली म्हणून ही सोयरीक मोडली. तसं पाहिलं तर मुलीच्या वडिलांच्या म्हणण्यात तथ्य आहे. या गावात पोरगी देणं म्हणजे तिला कोरड्या विहिरीत ढकलून दिल्यासारखंच आहे.

पण या मोडलेल्या लग्नाचा परिणाम प्रयागाबाईच्या मुलावर झाला. चार दिवसांनी पोरगं गायब झालं. पाव्हण्याराावळ्यांकडे विचारणा केली. जमेल तिथं शोध घेतला. पण पोरगं काही सापडेना. 'हरवला आहे' म्हणावं तर चांगलं लग्नाचं पोरगं हरवेल कसं? पोलिसात तक्रार दिली. शेवटी काही लोकांच्या सांगण्यावरून जिल्ह्याच्या पेपरात 'घरातून निघून गेला आहे' अशी जाहिरात देण्याचं ठरलं. जाहिरात छापून आलीही असेल. कदाचित निघून गेलेला पोरगा परतही आला असेल पण आता टँकरच्या रांगेत बसलेल्या बायका शांत बसून राहतात. एकमेकीला पोराची सोयरीक मोडल्याचं कारण विचारीत नाहीत. त्यांनी ते अनुभवलेलं असतं.

ज्यांना ही 'निघून गेला आहे'ची कहाणी फारच कल्पनाविलास वाटत असेल त्यांनी आमच्या भागात येऊन बघावं. प्रारंभी कर्तव्यदक्षतेने दाखल झालेला आता बेपत्ता झालाय. 'हरवला आहे' असं मी म्हणणार होतो; पण नंतर लक्षात आलं, रोज त्याच्याबद्दल अनेक बातम्या कळतायत... 'आज तिकडं होता', 'परवा त्यानं धुमाकूळ घातला.' म्हणून 'हरवला आहे' असं म्हणता येणार नाही. मग आता 'निघून गेला आहे' असंच म्हणूया...

वक्तशीर मुलगा
पाठीवर दप्तर घेऊन
शाळेत वेळेवर पोहचतो
तसा येऊन पोहोचला पाऊस,
एखादं आदिम तत्त्वज्ञान रुजवावं
तसं शेतकऱ्यानं बी पेरून दिलं
जमिनीच्या पोटात

मग भुरभुर वारा सुटला...
छोट्या स्टेशनवर न थांबता
एक्स्प्रेस गाडी
धाडधाड निघून गेल्याप्रमाणे
काळे ढग नुस्तेच तरंगत गेले,
वाट चुकल्या भ्रमिष्ट माणसासारखा
अचानक पाऊस बेपत्ता झाला

बियांच्या पोपटी अंकुरानं
जमिनीला धडका मारून
वर येण्यासाठी रचलेले मनसुबे
दिवासगणीक वाळून गेले.
जन्मताच दगावलेल्या पोराचा बाप
दवाखान्यातल्या व्हरांड्यात
विमनस्क फेऱ्या मारतो
तसा शेतकरी धुऱ्यावर उभा

लांबवर टाळ–मृदंगाच्या गजरात
पंढरपुराकडे निघालेली दिंडी
आणि इथं काळ्या शेतात
मरून पडलेला हिरवा पांडुरंग!

आता याचंही भ्रमिष्टासारखं बेपत्ता होणं, अचानक निघून जाणं समजून घ्यायला हवंय. याचीही एखादी सोयरीक मोडली नसेल कशावरून?

■■

गोष्ट लिहिणाऱ्याची गोष्ट

शिक्षकी पेशात आपल्या विद्यार्थ्यांची संख्या हमखास वाढत जाते. वर्ष संपलं की माजी विद्यार्थ्यांच्या संख्येत आपोआप वाढ होते. वर्षाच्या सुरुवातीला नवे विद्यार्थी दाखल होतात. म्हणजे तोटी सैल झाल्यामुळे थेंब थेंब टपकणाऱ्या नळाखालची बादली भरतच जावी तसे शिक्षकाच्या खात्यात विद्यार्थी वाढतच जातात. त्याचं महत्त्वाचं कारण म्हणजे गावात राहणारा प्रत्येकजण आपला गाववाला असतो तसा वर्गात बसणारा हरएक विद्यार्थी होऊन जातो. त्यामुळे विद्यार्थ्यांच्या या वाढत्या यादीचं वेगळं श्रेय घेण्याची गरज नाही. बरं, यातले सगळेच विद्यार्थी लक्षात राहतात असंही नाही. याउलट, काही विद्यार्थी विसरताच येत नाहीत. साधारणपणे चळवळे, बोलके, अंगी काही गुण असणारे किंवा उपद्रवी विद्यार्थी बऱ्यापैकी लक्षात राहतात. असे विद्यार्थी पुढे कुठे-कुठे भेटत राहतात. वर्गातल्या डायसवर चोख असणारा आणि विद्यार्थ्यांबद्दल आस्था ठेवणारा शिक्षक विद्यार्थ्यांच्याही विस्मरणात जात नाही. एखाद्या लग्नकार्यात एखादी स्त्री आपल्या छोट्या मुला-मुलीला 'हे माझे सर बरं का!' अशी आत्मीयतेने ओळख करून देते. गच्च भरलेल्या एसटीत स्वत:ची खिडकीत धरलेली जागा उभ्या असलेल्या शिक्षकाला सन्मानाने विद्यार्थी देतो, तेव्हा या पेशाचं वेगळेपण अधिक ठळक होतं.

पोटापाण्याला, संसाराला लागलेले विद्यार्थी बऱ्याचदा भेटायला येतात. बोलताना संदर्भ आठवतात. त्यांची जुनी बॅच लक्षात येते. तेव्हाचे प्रसंग, घटना आठवतात. गेल्या महिन्यात असाच एक माजी विद्यार्थी सहज भेटायला आला. पहिल्या भेटीपासूनच हा विद्यार्थी माझ्या लक्षात होता. पाचेक वर्षांपूर्वीची त्याची बॅच होती.

आमच्या विद्यापीठात 'कमवा आणि शिका' नावाची एक चांगली योजना आहे. आर्थिकदृष्ट्या कमकुवत विद्यार्थ्याने सकाळी दोन तास बागेत काम करायचं, त्याचा मोबदला म्हणून महिन्याला पैसे मिळतात. या पैशांची गरीब विद्यार्थ्यांना नक्कीच मदत

होते. काहींचं तर या योजनेमुळे शिक्षण पूर्ण होतं. या योजनेत नंबर लागण्यासाठी काही नियम व अटी आहेत. आलेल्या अर्जांची छाननी होऊन गरजू विद्यार्थ्यांच्या मुलाखती घेतल्या जातात. त्या निवड समितीवर त्या वर्षी मी होतो. सहकारी प्राध्यापकासोबत मुलाखती घेणं सुरू होतं. खरंतर जवळपास सर्वच मुलांची आर्थिक परिस्थिती खराब आहे हे जाणवत होतं. पण मर्यादित जागा असल्यामुळे सगळ्याच विद्यार्थ्यांची निवड करणं शक्य नव्हतं. म्हणून त्यातल्या त्यात बिकट परिस्थितीवाला होतकरू विद्यार्थी आम्ही शोधत होतो. पोरांच्या अडचणी ऐकून आम्हालाच अपराधी वाटत होतं. प्रश्न विचारतानाही संकोच वाटत होता. मुलं भडाभडा बोलत होती. जे बोलत नव्हते त्यांची परिस्थिती बोलत होती. पार लांबच्या गावावरून पॅसेंजर ट्रेनने रात्रभर प्रवास करून एक विद्यार्थी आला होता. चुरगळलेले मळके कपडे. रेल्वे स्टेशनवर उतरल्यावर केस ओले करून काढलेला केसांचा चापट भांग. पहाटे चार वाजता स्टेशनात येऊन झोपला. सकाळी उठून रेल्वे स्टेशनपासून दहा-बारा कि.मी. अंतर पायी आलेला. गावाकडे घरी अत्यंत वाईट परिस्थिती. पण शिकण्याची जिद्द नि आत्मविश्वास त्याच्यात जाणवत होता. फार प्रश्न विचारण्याची गरजच नव्हती.

मुलाखती संपत आल्या होत्या. बराच वेळ झाला होता. एक शेवटचा विद्यार्थी आत आला. त्याचं नाव सुरुवातीला पुकारून झालं होतं, पण तो उपस्थित नव्हता. उशिरा पोहचल्यामुळे त्याला शेवटी बोलावलेलं होतं. त्याच्या डोळ्यांत विलक्षण चमक होती. छोट्या गावातून आलेला असल्यामुळे थोडासा संकोचलेला, लाजलेला होता. पण बोलता बोलता खुलला. छान बोलायला लागला. त्याची ग्रामीण ढंगाची लयदार भाषा होती. लेखक होणं हे त्याचं स्वप्न होतं. म्हणून तो विद्यापीठात शिकायला आला होता. सोबत जिल्हा दैनिकांत छापून आलेल्या कथांची कात्रणं होती. कथालेखन स्पर्धेत द्वितीय पुरस्कार मिळालेलं प्रमाणपत्र होतं. आम्हीही त्याच्या लेखनाला दाद दिली. तो अधिकच खुलला. 'सर, आपल्याला तुमच्यासारखा प्राध्यापक व्हायचंया.... अन् खूप गोष्टी लिव्हायच्यात. म्हणून मी इथं आलोया. राह्याची-खायाची सोय झाली ना मंग फिकीर नाही. लागलं तर मी एसटीडीवर काम करीन, नाहीतर पेपर वाटीन.' त्याचा निर्धार पक्का होता. त्याच्या परिस्थितीचा नेमका अंदाज घेण्यासाठी वडिलांच्या व्यवसायाची चौकशी केली. तो जरा हळवा झाला. म्हणाला, 'माय-बाप दोघंबी मजुरी करत्यात. पण आम्ही वायलं राहतो. माय-बापानं आम्हाला घराबाहीर काढलंया.' आमच्या डोक्यात प्रश्न आला. आम्हाला

म्हणजे कोणाकोणाला घराबाहेर काढलंय? सगळ्या भावा-बहिणींना? त्यानं थोडंसं लाजून उत्तर दिलं, 'माझंवालं बारावीलाच लगीन झालंय. मला अन् बायकोला घराबाहेर काढलंया.' गंमत म्हणजे घराबाहेर काढण्यासाठी मालमत्तेचे किंवा इतर कोणते वाद नव्हते. माय-बापाच्या मजुरीवर घर चालत होतं. घर म्हणजे झोपडपट्टीतल्या पत्र्याच्या दोन खोल्या. माय-बापाच्या मते बी.ए. झाल्यावर पोरानं मिळंल ती नोकरी धरावी. बायकोच्या मते, नवऱ्यानं अजून शिकावं. घरात दोन गट पडले. सुनेमुळं एकुलतं एक पोरगं बिघडलं म्हणून माय-बापानं भांडण काढलं. शेवटी त्यांना घराबाहेर काढलं. ही तरुण पोरगीही मोठी जिद्दीची. नवऱ्याला घेऊन वेगळी झाली. एका खोलीत संसार थाटला. स्वतः मजुरीला जाऊ लागली. बिड्या वळू लागली. आणि नवऱ्याला शिकायला पाठवलं. त्या पोरीची जिद्द आणि त्या विद्यार्थ्याचा लेखक होण्याचा संकल्प आम्हाला प्रभावित करून गेला.

त्यानं कथेचा 'गोष्ट' असा उल्लेख करणं मला फार भावलं. 'कमवा आणि शिका' योजनेते काम करत त्याने अभ्यास सुरू केला. नियमित तासाला हजर असायचा. चर्चेत सहभागी व्हायचा. विभागाच्या वेगवेगळ्या कार्यक्रमांत सक्रिय असायचा. त्याला पडणारे प्रश्न वर्गात मोकळेपणाने विचारायचा. गोष्टी लिहिणं सुरूच होतं. दरम्यान, त्याने वेगवेगळी नियतकालिकं नेऊन वाचायलाही सुरुवात केली होती. आता त्याला चांगल्या अंकांतून गोष्टी प्रकाशित करण्याचे वेध लागले होते. बोलता बोलता एकदम शून्यात नजर नेण्याची त्याची लकब वेगळीच होती. कशाबद्दलच त्याने कधी तक्रार केली नाही. कुठल्या तरी कथाकथन स्पर्धेत सहभागी झाला. बक्षीस मिळालं नसल्याची बातमी शांतपणे स्वतःच येऊन सांगितली. एकूण सगळा साहित्यव्यवहार तो समजून घेत होता असं वाटत होतं. नवोदित लेखक व सर्वांशी संवादी असणारा विद्यार्थी म्हणून प्राध्यापक मंडळीही त्याच्यावर खूश होती. त्यालाही त्याच्या लेखकपणाचा अभिमान होता. त्यात उत्साहाचा भाग असला तरी त्याच्या कथांमध्ये उद्याच्या चांगल्या लेखनाच्या अनेक सुप्त शक्यता होत्या. त्याची ग्रामीण वास्तवाची समज उत्तम होती. त्याच्या डोळ्यांतली निरागसता आश्वासक होती.

सगळं व्यवस्थित सुरू असतानाच तो एकदम तासाला येईनासा झाला. रोज काहीतरी निमित्त काढून भेटणारा हा विद्यार्थी आठ दिवस दिसलाच नाही. वर्गातल्या इतर मुलांकडे चौकशी केली तर तो हॉस्टेललाही नसल्याचं कळलं. 'कमवा आणि शिका'च्या कामातही तो गैरहजर होता. कदाचित आजारी पडला असेल, घरी काही

अचडण असेल म्हणून आम्हीही काही दिवस वाट पाहिली. पण महिना उलटला तरी त्याचा पत्ता नाही. काही खबर नाही. अनेक अडचणींमुळे खेड्यांतून आलेली काही मुलं अर्ध्यातूनच गावी निघून जातात. बऱ्याचदा कौटुंबिक अडचणी असतात. म्हणजे प्रामुख्याने आर्थिक अडचण असते. एवढं मोठं झालेलं पोरगं कमवायचं सोडून शिक्षणच घेतंय, ही कल्पना अशिक्षित माय-बापांना पचत नाही. या विद्यार्थ्याला तर आर्थिक अडचण होतीच. कारण त्याची बायको स्वत: मजुरी करून घर चालवायची. पण नेमकं काय कारण घडलं, ते काही कळेना. न राहवून शेवटी त्याच्या जुन्या कॉलेजातल्या माझ्या ओळखीच्या प्राध्यापक मित्राशी संपर्क केला. हे प्राध्यापक त्याला बी.ए.ला शिकवायला होते. शिवाय त्याच्या होतकरूपणाचं त्यांनाही कौतुक होतं. तालुक्याचं छोटं गाव. प्राध्यापक मित्राने विद्यार्थ्यांना घरी पाठवून आमच्या बेपत्ता झालेल्या विद्यार्थ्याची माहिती घेतली. मिळालेली माहिती धक्कादायक होती.

हा आमचा कथाकार विद्यार्थी कुणालाही न सांगता एक दिवस विद्यापीठ सोडून गावाकडे निघून गेला होता. कारण नवऱ्याच्या शिक्षणासाठी स्वत: मजुरी करणारी त्याची बायको गरोदर होती. नवऱ्याने शिक्षण सुरू ठेवावं म्हणून सासू-सासऱ्याशी भांडण घेणारी त्याची बायको एकटी राहायची. गरोदर असतानाही सहा महिने ती मजुरीवर कामाला गेली. पण आता दोन जीवाच्या त्या पोरीला काम शक्य होईना. घरी कोणी मदतीला नाही. माहेरीही गरिबी. सगळे मोलमजुरी करणारे. नाइलाजाने नवऱ्याला निरोप पाठवला आणि हा लेखक विद्यार्थी बोऱ्याबिस्तरा गुंडाळून गावाकडे निघून गेला होता. जाण्याशिवाय त्याला पर्यायही नव्हता. काहीतरी व्यक्त करू पाहणारा एक विद्यार्थी हजेरीपटावरून कमी झाला.

त्यानंतर पाचेक वर्षांनंतर हा विद्यार्थी भेटायला आला होता. एकूण रागरंगावरून त्याचं सगळं व्यवस्थित सुरू आहे असं दिसत होतं. राजकारणी लोकांसारखे स्टार्च केलेले पांढरे कपडे. खिशात वाजणारा मोबाइल. (दहा-पंधरा मिनिटांत दोनदा आलेले कॉल त्याने केबिनबाहेर जाऊन घेतले होते.) सोबत कपाळावर भलामोठा टिळा लावलेला एकजण होता. तो मोकळं बोलत होता, पण मधेच शून्यात जाऊन बघण्याची त्याची सवय आता राहिलेली नव्हती. मीच कथालेखनाची आठवण काढली. त्याने थेट उत्तर दिलं, 'सर, ते लई अवघड काम झालंया आता.' मी कारण जाणून घ्यायचा प्रयत्न केला तर त्याने एका वाक्यात नेमकं उत्तर दिलं, 'सर, गोष्टी लिव्हायच्या म्हणजे तळ निर्मळ पाहिजे. आपलं पाणी

आता लई गढूळ झालंया.' मी काय समजायचं ते समजलो. त्याच्या बोलण्यावरून बऱ्याच गोष्टी लक्षात आल्याच होत्या. बिकट परिस्थितीत याला पैशाची गरज होती. स्थानिक राजकीय नेत्याने याला मदत केली. वर उचलण्यासाठी याचा हात धरला आणि त्याच्या पायाखालचा रस्ताच गायब केला. सगळेच संदर्भ बदलून गेले. त्याचं आवडवंतिडवं वाढलेलं शरीर आणि डोळ्यांतली हरवलेली निरागसता लक्षात येत होती. त्याच्या घड्याळाचा सोनेरी पट्टा अधिकच चमकत होता. त्याच्या गोष्टी जन्माला येण्याआधीच तूर्त तरी मरून गेल्या होत्या.

■■

पिच्चर

छोटंसं गाव. पोचम्मादेवीचं ठाणं म्हणून पंचक्रोशीत अप्रूप. आम्हाला मात्र मामाचा गाव म्हणून कौतुक. गोष्टीत, कवितेत असतो तसा मामा फार तालेवार नव्हता. जुन्या ऐसपैस वाड्यात गजबजलेलं आजोळ होतं. काहीतरी बिनसलं. एका चुलीच्या तीन चुली झाल्या. विटांची भिंत बांधून वाड्याची विभागणी झाली. जुन्या माळवदाच्या चिरेबंदी वाड्यात उभ्या राहिलेल्या या भिंती उंची पोशाखावर ठिगळ लावल्यासारख्या दिसू लागल्या. चुलीवरच्या मोठ्या भांड्यांत एकत्र उकळणारा चहा आता छोट्या छोट्या स्वतंत्र भांड्यांत उकळू लागला. एका मोठ्या रांजणाच्या ऐवजी तीन तीन माठ स्वतंत्रपणे पाझरू लागले. उघडखांबी ढाळजेत बसून असणाऱ्या मायची (आजी) खोकल्याची उबळ असह्य व्हायची. तिला दमा होता. खोकल्याची उबळ आल्यावर तिच्या पोटातली आतडी बाहेर पडतात की काय, असं वाटायचं. आजोबा वारलेले असल्यामुळे तिचे डोक्यावरचे केस काढलेले होते. केस नसलेलं डोकं झाकण्यासाठी माय डोक्यावरचा पदर पुन्हा पुन्हा नीट करायची. बाकी दिवसभर घोंगडीवर बसून कोरड्या नजरेने वाड्याकडे बघत राहायची. वाड्याला तीन घरात विभागणाऱ्या भिंतींना आम्ही पोरांनी कधी जुमानलं नाही. आणि त्या भिंती आमच्यासाठी नव्हत्याही. आम्ही आपले सकाळी एका मामाकडे चहा-पोळी खायचो. दुसऱ्याकडे जेवायचो तर तिसऱ्याकडे आंबे माचून खायला बसायचो. झोपायला तर पोरांसाठी लांबसडक ढाळज होतीच. अंघोळीला अंगणातला आड होता. आडाची काही वाटणी झालेली नव्हती. भरलेले पोहरे एकमेकांवर ओतून मस्ती सुरू असे.

बाहेर जाताना मोठा मामा म्हणायचा, 'चला रे, यायचं का मळ्यात?' अशी संधी कोण सोडतंय? काळ्याकुळकुळीत डांबरी रस्त्यावरून चालत जायचं. मोठा पूल लागला की खाली उतरायचं. मोठ्या गोल विहिरीचा मळा मला फार

आवडायचा. शिवाय या डांबर रस्त्यावरून सुसाट धावणाऱ्या एसटी गाड्या, ट्रक दिसायचे. त्यामुळे मळ्याकडे पोरांना एकट्याने जायची परवानगी नव्हती. म्हणून मामांनी विचारल्याबरोबर 'आलोच' म्हणत, गडबडीने मी चप्पल शोधायचो. पिसलेल्या पत्त्यांसारख्या चपला एकमेकांत मिसळलेल्या असायच्या. त्यातून स्वत:ची चप्पल शोधून पायात घालेपर्यंत मामा वाड्याच्या पायऱ्या उतरून पार शिंप्याच्या दुकानापर्यंत गेलेला असे. एरवी गावाकडे चप्पल घातलीच पाहिजे असं नव्हतं. त्यामुळे चप्पल घालून भरभर चालायची सवयही नव्हती. पण बाहेरगावी पाहुण्याकडे गेल्यावर नीट कपडे घालावेत, चप्पल वापरावी, चांगलं वागावं असं आईने बजावलेलं असे. शिवाय मळ्यात फिरताना काटे पण टोचायचे. पळत पळत, हाका मारत मामाला गाठायचं. मामासोबत मळ्यात जायचं. वाट्टेल तसं हुंदडायचं. भूक लागल्यावर रसाळ काळसर ऊस खात विहिरीजवळ बसून राहायचं.

कधी संध्याकाळच्या वेळी लहान मामा पोचम्मादेवीच्या दर्शनाला निघालेला असे. तो सोबत देवळात घेऊन जायचा. तिथे दर्शनापेक्षा रेवड्या, फुटाणे, चिक्कीचं आकर्षण होतं. या देवीची दरवर्षी मोठी यात्रा असे. दूरदूरच्या गावाहून लोक बैलगाड्यांतून यायचे. आकाशपाळणा, खेळणी, पुंग्या, पिपाण्या, मिठाई याबरोबरच एक टुरिंग टॉकीज आलेली असे. चारी बाजूंनी कापडी पडदे. वरती मोकळं आभाळ, खाली बसायला वाळू, एका पत्र्याच्या खोलीत मोठमोठी यंत्रं ठेवलेली. त्या जादूई खोलीतल्या खिडकीतून समोरच्या मोठ्या पडद्यावर प्रकाश सोडला जायचा म्हणे. त्या प्रकाशात पडद्यावर चित्रं पळायची म्हणे. साधरणपणे चाळीसेक वर्षांपूर्वीची गोष्ट असेल. हा चित्रांचा 'पिच्चर' पाहायला लोकांची प्रचंड गर्दी होत असे. ही टॉकीज मी दिवसाउजेडी खूपदा पाहिलेली होती. पण 'पिच्चर' रात्रीच दाखवायचे. दिवसभर मस्ती करून रात्री आठच्या आधीच ढाराढूर झोपणाऱ्या पोरांना 'पिच्चर'ला कसं नेणार ? आणि कोण नेणार ? या प्रश्नांमुळे मोठा पेच निर्माण झालेला होता. त्यामुळे अधून-मधून त्या टुरिंग टॉकीजचं दिवसाउजेडी दर्शन घेण्याशिवाय पर्याय नव्हता. तिथे एक रंगीत पोस्टर लावलेलं असे. पोस्टर पुन:पुन्हा पाहणं, यंत्राच्या खोलीवर लावलेल्या लाउडस्पीकरची गाणी ऐकणं यावरच समाधान मानावं लागायचं. यात्रेनंतरही बरेच दिवस ही टुरिंग टॉकीज सुरू असे. त्या दिवशीही देवळातून मी मामाबरोबर बाहेर आलो. पटांगणात टुरिंग टॉकीजचा पडदा संध्याकाळच्या उतरत्या उन्हात चमकत होता. कुठल्याही परिस्थितीत

एकदा 'पिच्चर' पाहायचा होताच. सोबत असलेला सर्वात लहान असणारा मामा जरासा भोळसट आणि जास्त प्रेमळ होता. म्हणजे जमीन मऊ होती. खोदून पाहायला हरकत नव्हती. बारवेचं दर्शन घेताना मी बोललो, 'मामा, मला एकदा 'पिच्चर' पाहायचाय.' मामाने चमकून माझ्याकडे पाहिलं. रेवड्या, फुटाणे, बत्ताशे, पुंगी, रंगीत चष्मा किंवा आकाशपाळणा यासाठी हट्ट करणं ठीक होतं, पण पोरासोरांनी 'पिच्चर' पाहणं म्हणजे जरा जास्तच झालं. मामा 'बरं,बरं,' म्हणाला. अंधारून येत होतं. म्हणून लगबगीने आम्ही घरी पोहचलो.

माझा 'पिच्चर'चा प्रस्ताव मामाने साफ धुडकावून लावलेला नव्हता. त्यामुळे 'पिच्चर'ची आशा सोडलेली नव्हती. 'बघू-या, बरं, बरं' या शब्दांत ठोस कृती किंवा आश्वासन नसलं तरी ठाम नकारही नसतो. त्यामुळे कल्पना कधीतरी वास्तवात उतरेल या भरोशावर दिवस जात असतात. जात होते. गावाकडे परतण्याची वेळ जवळ येत होती. तशात मामाने एक दिवस 'पिच्चर'ला जाण्याचा प्रस्ताव मांडला. पण त्यासाठी मामाची एक पूर्वअट होती. मी दुपारी निमूटपणे झोपलं पाहिजे. ही त्याची अटही बरोबर होती. म्हणजे एवढ्या प्रयासाने 'पिच्चर'ला जायचं आणि तिथे जाऊन झोपी गेलो तर वाईटच. वरती पुन्हा एका ठोळ्या मुलाला कडेवर घेऊन यावं लागणार होतं. हे सर्व कळालं म्हणून नव्हे, पण 'पिच्चर'साठी काय पन, म्हणून मी दुपारी ढाळजेत चक्क झोपलो. एरवी दुपारी झोपायची फार सवय नव्हती. पण 'पिच्चर'साठी झोपही लागली. झोपेतून उठून तयार झालो. मामा आणि मी दोघेजणच 'पिच्चर'ला जाणार होतो. बाकीच्यांना ठेंगा होता. माझे जास्तीचे लाड यापेक्षाही आर्थिक कारण असण्याची अधिक शक्यता होती. कारण या लहान्या मामाला नोकरी नव्हती. छोटी-मोठी कामं करायचा. शिवाय वाड्यात खूप माणसं असतात. त्यामुळे कुणाचं कुणावर फारसं लक्ष नसतं. मी तर तिन्ही घरचा पाहुणा होतो. म्हणून या गुप्त योजनेला फार अडसर नव्हता. बिनबोभाटपणे अंधाराच्या साक्षीने टॉकीजवर येऊन पोहचलो. एरवी गुंडाळून ठेवलेले पडदे, पसरलेली वाळू, मोठा पडदा, मोकाट फिरणारी कुत्री, रवंथ करणाऱ्या गायी, अशी एकूण ओसाड दिसणारी टॉकीज रात्री मात्र नव्या नवरीसारखी नटली होती. लाइटच्या झगमगाटात लाउडस्पीकरवर गाणी वाजत होती. गुंडाळलेले पडदे सोडल्यामुळे टॉकीजला गोदामासारखा आकार आलेला होता. बल्बच्या प्रकाशात पोस्टरवरचे भावपूर्ण चेहरे अधिकच उठावदार दिसत होते. छोट्या मडक्यातला

विस्तव फुंकत खारीमुरीवाला उभा होता. टॉकीजभोवती बैलगाड्या सोडलेल्या. अंधारात बैलांचे डोळे चमकत होते. खेड्यापाड्यांतून आलेले लोक, पांढऱ्या टोप्या, फेटे गर्दीत उठून दिसत होते. मामाने स्टुलावर बसलेल्या माणसाला काढलेली तिकिटं दिली आणि एकदाचे आम्ही आत घुसलो. आतसुद्धा मामाच्या वाड्यासारखीच विभागणी झालेली होती. आमचं पन्नास पैशाचं तिकीट असल्यामुळे आम्ही पडद्याच्या जवळ आणि वाळूवर होतो. आमच्या मागे लाकडी कठडा होता. त्यामागचे लोक बेंचवर बसलेले, सगळ्यात मागे काही खुर्च्या होत्या. या खुर्च्यांचे पाय एकमेकांना दोरीने बांधलेले होते. सुरुवातीला पडद्याजवळ बसायला मिळणार म्हणून आनंद झाला. पण तिथं लोक येतच गेले. गर्दी वाढतच गेली. खाली वाळूत बसल्यामुळे हालचालही करता येईना. त्यात भर म्हणजे अनेकांनी बिड्या पेटवल्या. आमच्या वाळूच्या क्लासमध्ये नुस्ते धुराचे लोट प्रकाशात दिसत होते. त्या धुरामुळे मला ठसकाही लागला. पण या जादूई अनुभवाला सामोरं जाताना कशाचीच पर्वा नव्हती. आज 'पिच्चर' पाहायचा होता. एवढ्या गडबडीत मामा बोलला, 'झोपू नको बरं!' या वातावरणामुळे मीही उत्साहात होतो. 'रात्रभरही झोपणार नाही' असा जास्तीचा शब्द मी मामाला दिला. आता लाउडस्पीकरवरची गाणी थांबली. वायरला लोंबकळणारे पिवळट प्रकाशाचे बल्ब बंद झाले. निर्जीव पडदा जिवंत झाला. प्रकाशमान पडद्यातून आकृत्या जिवंत होऊ लागल्या. याआधी मी डब्यातला चित्र सरकणारा 'पिच्चर' पाहिलेला होता. पडद्यावर सरकारी योजनेचं काहीतरी आधी दाखवलं. मनात म्हटलं, 'पहिला डाव देवाला!' मधेच क्षणभर 'पिच्चर' बंद पडून पुन्हा सुरू झाला. बंद पडला की '२,३,४' असे इंग्रजी आकडे वर्तुळात यायचे. मला वाटलं कितीदा बंद पडला ते मोजत असतील. अर्थात हे महत्त्वाचं नव्हतं. प्रकाशमान जिवंत पडद्यासमोर मी बसलेलो होतो हेच खरं होतं.

टॉकीजमधल्या सगळ्या लोकांनी श्वास रोखून धरलाय असं वाटत होतं. एकदाचा तो क्षण आला. आणि 'पिच्चर' सुरू झाला. पडद्याजवळ असल्यामुळे चित्रं अंगावर येत होती. सुरुवातीला तर एक जीप अंगावर येऊन आपला चुराडा करणार असं वाटलं. पडद्याजवळ बसल्यामुळे पडद्यावरच्या माणसांच्या पायाशी आपण बसलेलो आहोत आणि या माणसांची डोकी आभाळाला लागतायत असं वाटत होतं. काहीही वाटलं तरी हा जादूई अनुभव थोरच होता. शिवाय अजून 'पिच्चर' न पाहिलेल्या माझ्या वर्गातील मित्रांना सांगण्यासारखी एक अनोखी

घटना माझ्याजवळ होती. कथानक फारसं कळलं नाही. खरं म्हणजे कथानक कळायला मन कुठं थाऱ्यावर होतं. भारावलेली अवस्था होती. दरम्यान पडद्यावर गाणं सुरू झालं. 'मचलती हुयी हवा की लहरे, हमारे संग संग चले, गंगा की लहरे' अशा काही ओळी होत्या. त्या दृश्यातलं खळखळ वाहणारं गंगेचं हिरवट पाणी अजूनही माझ्यात 'सेव्ह' आहे. मधेच रीळ तुटायची. (हे नंतर कळलं.) मागच्या पत्र्याच्या खोलीत खाटखूट व्हायची. पुन्हा 'पिच्चर' सुरू व्हायचा. 'पिच्चर' सुरू असतानाच मी मामाला विचारलं, 'पिच्चरचं नाव काय?' मामा पडद्यावरची नजर न हटवता म्हणाला, 'गंगा की लहरे.' म्हणजे मी 'गंगा की लहरे' नावाचा 'पिच्चर' पाहत होतो. शाळेतल्यासारखं मध्यंतर झालं. मामाने खारीमुरीचा एक कागदी पुडा आणून दिला. अगदी कपाळावर थंड पाण्याच्या पट्ट्या ठेवाव्यात एवढं नाही, पण दूध-भात खाऊन झोपून राहावं तसं शेंगदाण्याचं अंग माफक गरम होतं. 'पिच्चर'च्या वातावरणात शेंगदाणे नेहमीपेक्षा चवदार लागले. घर येईपर्यंत मी सारखा 'पिच्चर'बद्दलच बोलत होतो. मामा आपला 'हं, हं' करत होता. विशेष म्हणजे मी टक्क जागा होतो.

नंतर गावी गेल्यावरही या 'पिच्चर'बद्दल बोलणं सुरूच होतं. एकदा शाळेत मोठ्या वर्गातला एक मुलगा म्हणाला, 'चांगला गुरुजींचा पोरगा आहेस. 'पिच्चर' 'पिच्चर' काय म्हणतोस? खरा शब्द 'पिक्चर' आहे.' त्याचं म्हणणं बरोबरच असणार. कारण आमच्या शाळेत प्रार्थना झाल्यावर इंग्रजीमध्ये फाडफाड प्रतिज्ञा म्हणणारा तो मुलगा होता. भोवताली सगळे जण मात्र 'पिच्चर' असंच म्हणत होते; नव्हे आजही ग्रामीण भागात 'पिच्चर' असाच उच्चार केला जातो.

पुढे अनेक चित्रपट पाहिले. आज चित्रपट सुरू होण्याआधी राष्ट्रगीताचा सन्मान म्हणून थिएटरमध्ये आपण उभे राहतो. पहिल्या दिवशी पहिला शो पाहण्यासाठी चार चार तास तिकिटाच्या रांगेत तेव्हा उभं राहणं म्हणजेही चित्रपटाबद्दलचा आदर आणि आकर्षणच होतं. प्रसंगी ब्लॅकने तिकीट घेतलं, चित्रपट पाहण्यासाठी खोटं बोललो. 'मुकद्दर का सिकंदर' या चित्रपटाचे सलग तीन शो पाहिले. हिरोच्या केशरचनेचं अनुकरण करत केस कापले. पडद्यावरची पँट बघून पँटची बॉटम कमी-जास्त केली. अन्नपाण्याबरोबरच चित्रपटाची गाणी गुणगुणत मोठा झालो. विशेष म्हणजे 'पिक्चर' असा उच्चार करायलाही लागलो. तरीही आभाळाच्या छताखाली, वाळूत बसून पाहिलेला तो 'पिच्चर' मनात रुतूनच आहे.

■■

मनातलं घर

एका बाजूला लाल मातीचा खंडोबाचा माळ. माळाच्या विरुद्ध बाजूला आठ महिने वाहणारी सीता नदी. या दोहींच्या मधे वसलेलं आमचं गाव. आमचं म्हणावं तर काळीत जमीन नाही आणि पांढरीत स्वत:चं घर नाही. वडील शिक्षक. नोकरीच्या निमित्ताने इथे येणं झालं. माझा जन्म याच गावात झाला. 'गुरुजींचा पोरगा' ही पदवी कायम चिकटलेली. जगण्याची प्राथमिक ओळख याच गावात झाली. म्हणून हे आमचं गाव.

दर गणपतीच्या वेळी आम्ही खंडोबाच्या माळावर जायचो. पोळ्याचे बैल शेतातल्या काळ्या मातीचे आणि गणपतीसाठी मात्र माळावरची लाल माती. या लाल मातीबरोबरच माळावर मोठमोठे दगड होते. त्या दगडांखाली तरातरा पळणारे नांगीबाज विंचू असायचे. हे विंचू बघण्यात अद्‌भुत मजा होती. पळसाच्या पानात लाल मातीचा गोळा घेतला की खाली उतरायची गडबड सुरू होई. पण माळाच्या खाली उतरण्याआधी मी पुन्हा पुन्हा खाली पसरलेल्या गावाकडे बघून घेई. नील आर्मस्ट्राँगला चंद्रावरून पृथ्वीकडे पाहताना जेवढा आनंद झाला असेल तेवढाच आनंद मला माळावरून गावाकडे पाहताना व्हायचा. गावातली घरं खूप छोटी छोटी दिसायची. मंदिरांचे कळस आणि मशिदीचे मिनार मात्र ठळक ओळखू यायचे. गावाबाहेरची शाळाही ओळखू यायची. सीता नदीचा चमकणारा वळणदार पांढरा पट्टा तर चित्रातल्यासारखाच दिसायचा. छोट्या छोट्या घरात मी माझं घर शोधण्याचा प्रयत्न करायचो. गल्लीतल्या विठ्ठल मंदिराचा कळस लक्षात यायचा. घरांच्या गर्दीत लपलेलं माझं घर माळावरून कधीच दिसलं नाही. पण मनात बसलेलं घर मात्र आजही डोळ्यांसमोर तेवढंच आंतर्बाह्य लख्ख आहे.

मुळात छोट्या गावात त्या वेळी भाड्याने घर देण्यासाठी वेगळी सोय नव्हती. ज्यांच्याकडे मोठे मोठे वाडे असायचे ते लोक मोठ्या वाड्यातली रिकामी जागा

नोकरदारांना भाड्याने देत. त्यातल्या त्यात शिक्षकाला तर आग्रक्रमाने जागा मिळायची. अशाच एका सीताराम आप्पांच्या वाड्यात वैद्य गुरुजींना म्हणजे आम्हाला घर मिळालं. पुढे कित्येक वर्षं ते घर आमचंच झालं. याच घरांच्या स्मृती माझ्यात कायम आहेत.

हे घर म्हणजे मोठ्या वाड्याचा मागचा भाग होता. उघडखांबी लांब ओसरी आणि त्यावर उघडखांबी लांब माडी. ओसरीत दोन अंधाऱ्या खोल्या. (शाळेत जात नाही म्हणून वडिलांनी या अंधाऱ्या खोलीत मला कोंडलं होतं.) प्रशस्त अंगण. अंगणात झाडं-वेली. घरमालकाकडे काहीतरी बांधकाम होतं म्हणून कधीतरी वाळू-सिमेंट कालवण्यासाठी आमच्या ओसरीत अर्ध्या भागात फरशी अंथरलेली होती. ती फरशी तशीच राहून गेली. बाकी सर्वत्र सारवायची जमीन होती. भिंतीही मातीने सारवल्या जायच्या. रुंद भिंतीतच दोन छोटी कपाटं होती. बाकी व्यवस्था अशी काहीच नव्हती. पाहुणे आले तर ओसरीतच बसायचे. ओसरीतल्या कोपऱ्यात चुलीवर रटरट अन्न शिजायचं. कुठं भिंत नाही की पडदा नाही. ओसरीतच पंगत बसायची. भरपेट खाऊन झाल्यावर अंगणातल्या झाडाशी जाऊन हात धुवायचे. सगळं सांडपाणी पिऊन चमकोरा (अळू) चांगलाच वाढलेला असे. घरात भाजीला काही शिल्लक नसलं की आई आवाज द्यायची. 'जारे, भाजीला चमकोऱ्याच्या काड्या काढून आण बरं!' चमकोरा तोडण्यातही कौशल्य होतं. नाही तर अंग खाजायचं. कधी कधी भावाचा शेख नावाचा मित्र किनवटवरून यायचा. प्रत्येक पाहुणा ओसरीतल्या पंगतीत जेवला पाहिजे असा वडिलांचा शिरस्ता होता. शेखमिया पंगतीला असले की सर्वांना केळीच्या पानावर जेवण वाढलं जाई.

प्रशस्त अंगण सदा गजबजलेलं असे. अंगणात शिवणापाणी, लंगडी, धप्पाकुट्टी, क्रिकेट असे खेळ रंगायचे. क्रिकेटसाठी खूप मुलं जमायची आणि गोंगाट व्हायचा. मैत्रिणींसोबत बहिणी अंगणावर बऱ्याचदा कब्जा करायच्या.

आंबा पिकतो, रस गळतो
कोकणचा राजा बाई
झिम्मा खेळतो
झिम पोरी झिम....

अशी झिम्मा-फुगडी फेर धरायची. अंगणाच्या अंगावर लंगडीचे रकाने गोंदलेले असायचे. संध्याकाळी गुलमाक्षाच्या झाडाला लाल-पांढरी फुलं लखाटून जायची.

फुलांचे देठ एकमेकांत गुंफून सुंदर गजरे ओसरीत गुंफले जायचे. पोस्टमनपासून ते पाहुण्यापर्यंत सारेजण या ओसरीवर टेकायचे. जुन्या नक्षीदार लाकडी खांबावर उभं असलेलं मजबूत माळवद होतं. बाहेरच्या मुख्य दरवाजात एक भलीमोठी लाकडी आगळ होती. दरवाजा लावून रुंद भिंतीत गायब होणारी आगळ लावली की सुरक्षित. दिवसभर गजबजलेलं अंगण शांत व्हायचं. उन्हाळ्यात रात्री अंगणात खाटा टाकल्या जायच्या. खाटेवर आडवं झालं की वर आभाळात चांदणं. बुधवारी रेडिओवर बिनाका गीतमाला वाजायची. अमीन सयानींचा बोलण्याचा लहेजा, छान छान हिंदी गाणी, वाजणारा तो बिगूल, मधेच लागणारी रिको घडीची जिंगल, सारंच भारावून टाकणारं वातावरण होतं. कधी आम्हा पोरांच्या भुताच्या गूढ गोष्टी रंगात यायच्या. झोपण्यापूर्वी चुलीच्या पाया पडावं लागे. यामुळे लहान मुलं झोपेत अंथरूण ओलं करीत नाहीत असा समज होता. पण चूल फार काही पावायची नाही.

भल्या पहाटेपासून दारावर एकेक भिक्षेकरी अवतरायचा. वासुदेव, गोंधळी, गुरव, जंगम, मसणजोगी अशी रांग लागायची. ओसरीतल्या घोंगडीवर लोळणारी आम्ही पोरं त्यांच्या आवाजाने जागी व्हायचो. वेगळा अलार्म नव्हता. नळाला पाणी कमी दाबानं यायचं म्हणून प्रत्येक दारात नळासाठी खोल खड्डे खोदलेले होते. त्या खड्ड्यातून पाणी भरण्याचा रोजचा अवघड कार्यक्रम होता. कधी तर गल्लीतल्या आडाचंही पाणी शेंदावं लागे. एकूण या घरात भल्या पहाटेपासून चहल पहल असे.

शाळेतून घरी आल्यावर वडील खुंटीला नेहरू शर्ट अडकवायचे. मी न चुकता त्यांच्या खिशातले खडूचे तुकडे काढून घ्यायचो. या खडूने सारवलेल्या जमिनीवर माझी चित्रकारिता सुरू व्हायची. भलामोठा गणपती ओसरीवर काढून ठेवल्यामुळे मोठी माणसं कुरकुर करायची. कारण देव पायदळी येणं बरोबर नाही ना! ही जमीन, भिंती भरवणारी चित्रकारिता तुळशीच्या लग्नाला वृंदावनावर राधा–दामोदर काढण्यापर्यंत मजल मारू शकली. त्यापुढे म्हणजे लगीन घरी गणपती काढायला किंवा 'शुभ लाभ', 'सुस्वागतम्' लिहायला निमंत्रणं आली. चित्रकार होता आलं नाही तरी अंगणात त्या रांगोळ्या, मातीपासून बनवलेले बैल, गणपती, वडिलांची महालक्ष्म्यांचे मुखवटे रंगवण्याची शैली, भिंतीवर काढलेले पंचमीचे नाग, खडूने काढलेली चित्रं यातून रंग–रेषेचा रसिक संस्कार या घरातच झाला.

वरती प्रशस्त उघडखांबी माडी होती. पण आमचा जास्त वावर आणि वापर खालीच होता. माडीच्या छतावर पत्रे होते. पावसाळ्यात या पत्र्यावर पडणाऱ्या

पावसाचा आवाज ऐकत गुडूपचूप झोप लागायची. कधी सकाळी जाग आली तर पत्र्यावर पावसाचं वाजणं सुरूच असे. त्या दिवशी पावसाला पुढे करून शाळा बुडवायची. या पत्र्यावर पतंग उडवायचं तर थोर प्रकरण आहे. या माडीत दोन प्रशस्त खोल्या होत्या. एका खोलीत खाटपसारा आणि कडबा भरलेला असे. या खोलीत मुंगुसाचाही वावर होता. दुसऱ्या खोलीत मात्र देवांचं राज्य होतं. देवांमुळे वडिलांचा बराच वेळ या खोलीत जात असे. संध्याकाळी आरतीनंतर वडील मोठ्या तल्लीनतेने पदं म्हणत. अंधार गंडद होताना वडिलांचा आर्त आवाज घरभर होई.

सच्चिता नंदाऽऽऽऽ
भेट देशील काय होऽऽऽ
हो हो हो सच्चितानंदाऽऽऽ
नयन हे माझे श्रमलिये भारी रेऽऽऽ
श्रमलिये भाऽऽऽ री

कधी टाळ वाजवत आम्ही पोरंही भजनात सामील होत असू. त्यामागे खडीसाखरेच्या प्रसादाचे आमिष होतेच.

माडीतली उघडखांबी लांबसडक जागा आम्हा पोरांना हुंदडायला कामी यायची. याच माडीत गल्लीतले मित्र गोळा करून नाटकाचा व्यावसायिक प्रयोग केला होता. गावात येणाऱ्या रामलीलेपासून प्रेरणा घेऊन हा तिकीट लावून प्रयोग झाला होता. संहितेची प्रेरणा मात्र गदिमांच्या 'गीतरामायण' पुस्तकातून मिळाली होती. मोठ्या बहिणीकडे एका सुट्टीत मला हे पुस्तक मिळालं. रसाळ निवेदन आणि गीत असं सुंदर पुस्तक होतं ते. त्यावरून मी स्क्रिप्ट तयार केलं. तालमी घेतल्या. संवाद पाठ झाले. उघडखांबी माडीत चादरी-धोतर बांधून रंगमंच तयार झाला. प्रत्येकी पाच पैसे तिकिटाप्रमाणे नऊ प्रेक्षक प्रयोगाला हजर होते. बहिणींचे गंध-पावडरचे साहित्य म्हणजे रंगभूषा होती. वेशभूषेत प्रत्येकाने स्वतःच कपडे मिळवले होते. सीतेनेही स्वतःच्या घरून साडी आणलेली होती. तेव्हा छोट्या गावात स्त्रीपात्र पुरुषच करत असत. त्या शिरस्त्याप्रमाणे आमच्यातला गोरागोमटा गण्या सीता झाला होता. म्हणजे गण्याला मस्का मारून सीता म्हणून उभं केलं होतं. सगळ्यांचे संवाद, गाणी तयार होती. संगीतासाठी ढोलकी-टाळ सज्ज होते. कापड दुकानातून जाड पुठ्ठे आणून रथ-हत्ती तयार केले होते. नऊ प्रेक्षक विराजमान झाले. नाटक मंडळीच्या गल्ल्यात पंचेचाळीस पैशाची रक्कम जमा झाली.

खर्च मात्र पाच-सहा रुपये होता. ढोलकी-टाळाचं संगीत सुरू झालं. चादरीचा पडदा सरकणार आणि उघडखांबी माडीच्या रंगमंचावर शुभारंभाचा प्रयोग सुरू होणार तेवढ्यात सीता ऊर्फ साडी नेसलेल्या गण्याची साडी ओढून कुणीतरी खोड काढली. गण्याने रागात साडीच काढून फेकली. सीता अडली आणि रामायण घडलंच नाही. या उघडखांबी माडीत न झालेला प्रयोग पुढे कित्येक प्रयोगांचा पाया ठरला.

या घरात कुत्रा, मांजर, पाल, ढेकूण, कोळी, झुरळं, मुंग्या, मुंगळे, बेडूक, चिलटं, मुंगूस, चिमण्या, सापसुरळी, गांडूळ, सरडा, गोगलगाय, उंदीर, विंचू, साप असे जीव गुण्यागोविंदाने वावरायचे. कधी कुणी आम्हाला जीवघेणा त्रास दिला नाही. आपल्यासोबत त्या जीवमात्रांचाही वाटा असतो अशी अप्रत्यक्ष शिकवण होती. तरीही साप आणि विंचवाची मला खूप भीती वाटायची. बऱ्याचदा साप निघायचे. मित्राच्या शेतातून एक रानटी मुळी आणून मी माडीत ठेवली होती. या मुळीच्या वासाने साप येत नाहीत अशी वदंता होती. विंचू तर हमखास निघायचे. हिवाळ्यात चुलीतल्या गरम राखेत विंचू बसायचे. अंधुरक्या सकाळी चूल सारवताना आई हातात चप्पल घेऊनच चुलीतली राख काढायची. तरातरा चालणारा विंचू चपलेने ठेचण्याशिवाय पर्याय नव्हता. विंचवाने विषारी नांगी मारल्यामुळे प्राणांतिक विव्हळताना खूपजणांना पाहिलेलं होतं. ओसरीतल्या भिंतीवर जुनाट मजबूत आरसा लावलेला होता. त्या आरशामागे चिमण्यांनी खोपा केलेला होता. अंगणात हुंदडणाऱ्या पोरांना कोणी कधी मज्जाव केला नाही, तसं या चिमण्यांनाही कोणी हाकललं नाही. बऱ्याचदा या खोप्यातून गवताच्या कचऱ्याबरोबर अंडं खाली पडायचं, फुटायचं. कधी तर मांसल पिल्लू खाली पडून मरायचं. त्या पिलाला मुंग्या लागायच्या तर कधी मांजर-कुत्रा या पिल्लाला गट्टम करायचे. त्या दिवशी चिमणी विचित्र चिवचिव करायची. एखाददिवशी चिमण्या चिवचिवताना तीव्र स्वर लावायच्या. या आवाजावरून आई सांगायची, 'बघ रे झाडात मांजर लपलीय का एखादा साप निघालाय?' ओसरीत आई जेव्हा धान्य निवडत-पाखडत बसायची, तेव्हा आईच्या सुपातलं धान्य चिमण्या बिनधोक येऊन टिपायच्या. याचं आम्हाला अप्रूप वाटायचं.

चुलीवर खरपूस भाजलेली भाकरी बहीण-भावंडात भांडून खाताना अधिक चवदार होत असे. फक्त सणाला पक्वान्न असायचं. पाडव्याला श्रीखंडाचा बेत ठरलेला होता. मग श्रीखंडाची आधीपासूनच तयारी सुरू होई. आदल्या दिवशी, गवळ्याकडून आणलेलं खास दही पंचात बांधून अंधाऱ्या खोलीत लटकवलं जाई.

त्या दह्यातून खाली ठेवलेल्या परातीत टप्टप् पांढरं पाणी टपकायचं. उत्सुकता ताणलेली असे. उगीचंच त्या टप टप टपकणाऱ्या पाण्याकडे आम्ही बघत बसायचो. खोलीत आंबूस वास पसरलेला असे. त्या लटकवलेल्या दह्याच्या पंचावर मांजर उडी मारू शकते. म्हणून त्या दह्याची देखरेख करण्याची जबाबदारीही आमच्यावर असे. श्रीखंड तयार होताना प्रत्येक टप्प्यावर आम्ही पोरं हजर असायचो. तयार चक्क्यात केशरी रंग मिसळताना पांढरे थर हळूहळू रंगीत व्हायचे. हा जादूई पदार्थ जिभेवर विरघळून जायचा. सुबत्ता, श्रीमंती नव्हती पण या घरात समाधान सर्वत्र भरून होतं.

या घराची ओसरी रंगमंचासारखीच होती. दिवसातल्या प्रत्येक वेळी तिथे काहीतरी घडत (हॅपनिंग) असे. काहीच नसलं तर किमान ओसरीवर कुणीतरी झोपलेलं असे. दुपारच्या वेळी काम उरकून वाड्यातल्या बायका ओसरीत येऊन मन मोकळं करायच्या. बोलताना मधेच एखाद्या काकू कुजबुजल्यासारख्या हळू आवाजात बोलायच्या. आवाजाचा व्हॉल्यूम कमी-जास्त होण्याची आम्हाला गंमत वाटायची. बायकांची सुखदुःखं, हेवेदावे, तक्रारी, असूया कळण्याचं आमचं वय नव्हतं. पण अशा वेळी आम्हाला तिथे बसू देत नसत. कोणी तिथे रेंगाळलंच तर पिटाळलं जाई. तरीही खेळताना काही ऐकू यायचंच. ते कुजबुजल्यासारखं बोलणं मात्र काही कळायचं नाही. घरी येणारे-जाणारे खूप होते. ओसरीत प्रशस्त बैठक व्यवस्था नव्हती. आलेला प्रत्येकजण अगत्याने टाकलेल्या पाटावर बसायचा. आधी तर वीजही नव्हती. कंदील, एक्के, चिमण्या लावून रात्रीची कामं चालायची. हिवाळ्यात अंधाऱ्या खोलीत झोपावं लागे. रॉकेलचा दिवा रात्रभर खोलीत लावला जायचा. त्या दिव्याच्या काजळीने सकाळी कानात, नाकात काळपट थर चढलेला असे. पुढे वीज आली. नाममात्र प्रकाशाचे साधे बल्ब लावलेले असत. ओसरीत मात्र बल्बचा प्रकाश पुरेसा नव्हता म्हणून ट्यूब लावण्यात आली. त्या ट्यूबच्या लख्ख प्रकाशाचंही अप्रूप होतं. एका संध्याकाळी एक काका वडिलांशी गप्पा मारायला नेहमीप्रमाणे आले. त्यांच्या डोक्यावर पांढरेशुभ्र वाढलेले केस होते. नेमक्या त्याच वेळी अचानक दुसरे एक मामा आले. या दोघांचे आपापसात पूर्वीचेच काही वाद होते. बोलता बोलता दोघांचं ओसरीतच भांडण लागलं. दोघांनी एकमेकांच्या गचांड्या धरल्या. चुलीवर चहा उकळत होता. ओसरीत असं दृश्य प्रथमच दिसत होतं. आम्ही पोरं घाबरून आईच्या मागे लपलो होतो. वडील भांडण

सोडवायचा प्रयत्न करत होते. दोघंही माणसं मोठी असून चक्क होळीच्या शिव्या एकमेकांना देत होते. तेवढ्यात पांढऱ्याशुभ्र केसवाल्या काकांनी रागात कोपऱ्यातील काठी उचलली आणि जोरात वार केला. एकदम बॉम्ब फुटल्यासारखा मोठ्ठा आवाज झाला आणि ओसरीवर सर्वत्र अंधार पसरला. भेदरून आम्ही आईला अधिकच बिलगलो. चुकलेल्या काठीच्या वाराने ओसरीतली ट्यूब फुटली होती.

घरात खाणारी आठ-नऊ माणसं. कमावणारे वडील एकटेच. बहिणीच्या लग्नासाठी काढलेलं कर्ज, विकलेलं शेत असा तणाव होताच. त्यात एकदा शिक्षकांचा दीर्घ काळ चिघळलेला संप. पगार बंद. दुकानदार उधार किती दिवस देणार ? काटकसरीत सुरू असलेलं भावाचं कॉलेज. याच काळात आई, बाबा व भाऊ असे तिघेजण ओसरीवर चिंताक्रांत बसलेले मला आठवतात.

महिला मंडळाच्या गुरुवार भजनी मंडळासाठी याच ओसरीवर भजनासारखं काहीतरी लिहिण्याचा पहिला प्रयत्न मी केला होता. त्याचं खूप कौतुकही झालं होतं. चौथीला गणितात नापास झालो म्हणून याच ओसरीतल्या खांबाला टेकून कितीतरी वेळ एकटाच बसलो होतो. घरभर विखुरलेले अनेक क्षण गोळा करताना धांदल उडते. कितीतरी सांगता येईल. पण एक महत्त्वाचा प्रसंग. त्या प्रसंगातला मी आणि घरही वेगळंच होतं.

असेन मी दहा-अकरा वर्षांचा. आमच्याकडे कुठले तरी एक जटाधारी दाढीवाले महाराज आले होते. त्या महाराजांच्या दर्शनाला वाड्यातले, गल्लीतले लोक ओसरीत जमले होते. ओसरीतल्या खांबाला टेकून महाराज विराजमान झालेले. एकेकजण भक्तिभावे दर्शन घेत होता. एखाद्या भयंकर रोगापासून वाचवणारी लस आपल्या पाल्याला टोचून घेण्यासाठी पालकांची धांदल उडावी त्याप्रमाणे पालक आपल्या मुलांना आणून महाराजांच्या पायावर घालत होते. महाराजांची ही खासियत होती. पाया पडणाऱ्या भक्ताच्या डोक्यावर महाराज हात ठेवून 'अवधूत चिंतन श्रीगुरुदेव दत्त!' असा गजर करत. या वेळी भक्ताने डोळे बंद करणं आवश्यक होतं. गंमत म्हणजे महाराजांनी डोक्यावर हात ठेवताच भक्ताला साक्षात्कार व्हायचा. बंद डोळ्यांसमोर दिवसा चांदण्या दिसायच्या. या चमत्कारामुळे लोकांची खूप गर्दी होती. आमच्या ओसरीत कार्यक्रम पण मी मात्र अंगणात खेळण्यात गर्क होतो. शेवटी वडिलांच्या सांगण्यानुसार मोठ्या बहिणीने मला धरून महाराजांच्या पुढ्यात उभं केलं. वडिलांनी माझं डोकं धरून महाराजांच्या पायावर टेकवलं. आता तो साक्षात्कारी क्षण होता.

सांगितल्याप्रमाणे डोळे मिटून मी महाराजांसमोर बसलो. महाराजांनी माझ्या डोक्यावर हात ठेवला. 'अवधूत चिंतन श्रीगुरुदेव दत्त'चा गजर झाला. पण मला काही साक्षात्कार होईना. बंद डोळ्यांसमोर चांदण्या दिसेचनात. काळाकुट्ट अंधारच होता. मी प्रामाणिकपणे बोललो, 'मला फक्त अंधारच दिसतोय. चांदण्या नाहीत.' महाराजांनी चमकून पाहिलं. क्षणभर शांतता पसरली. माझं बोलणं कुणालाच आवडलेलं नव्हतं. वडील रागावले, 'चल उठ, खेळायला जा.' मीही आनंदाने खेळायला पळालो. मला साक्षात्कार झाला नाही. कुणाला किती चांदण्या दिसल्या माहीत नाही. मला खरंच चांदण्या दिसल्या नाहीत. पण त्या घरात जगलेल्या उत्कट क्षणांचं चांदणं मात्र आजही डोक्यावर दाट आहे.

■■

अंथरलेली वाळू

अभ्यासक्रम संपलेले होते. परीक्षा तोंडावर आलेली. पोरा-पोरींचे हसरे चेहरे गंभीर झालेले. जाडजूड पुस्तकं सांभाळत ग्रंथालयाच्या पायऱ्यांवरून पोरांची लगबग सुरू होती. प्रवचनकाराने तत्त्वज्ञानाचा विषय बाजूला ठेवून एखादा हलकाफुलका किस्सा सांगावा त्याप्रमाणे शिकवणाऱ्या प्राध्यापकांनी संदर्भग्रंथ बाजूला ठेवून वर्तमानपत्र-मासिक वाचनाचा विरंगुळा शोधलेला होता. म्हणजे आम्ही मास्तरलोक सटरफटर वाचीत स्टाफ रूममध्ये बसलेलो होतो. कोर्टातला पट्टेवाला कुणाच्यातरी नावानं 'हाजीऽऽऽऽ र हो ऽऽऽ' असं ओरडत असतो अगदी तसंच नव्हे, पण तशाच आविर्भावात नावं उच्चारत शिपाई आत आला. प्रत्येकाने तोंडासमोर वर्तमानपत्र धरलेलं असल्यामुळेही शिपायाला आम्ही लक्षात येत नसावेत. धांगडधिंगा टाइप गाण्यातले शब्द लवकर कळत नाहीत, तसे या ओरडण्यातले शब्दही लवकर कळलेच नाहीत. लक्षपूर्वक ऐकल्यावर कळलं, तो जी तीन-चार नावं घेत होता त्यात माझंही नाव होतं. चेहऱ्यासमोरचं मासिक खाली ठेवून मी त्याला माझ्या अस्तित्वाची जाणीव करून दिली. टेबल-खुर्च्या ओलांडत शिपाई माझ्याजवळ आला. पोरसवदा असणारा हा शिपाई म्हणजे पक्का वारकरी. गळ्यात तुळशीची माळ. दर वर्षी न चुकता पंढरपूरला जाणारा. गडबड्या, पण मोठ्या सात्त्विक स्वभावाचा. अदबीने त्यानं माझ्या हातात विद्यापीठाचं पत्र ठेवलं आणि दुसरी पत्रं द्यायला तो निघूनही गेला.

विद्यापीठाचं नियुक्तिपत्र आलेलं होतं. पदवी वर्गाच्या सुरू होणाऱ्या वार्षिक परीक्षेसाठी भरारी पथकात विद्यापीठाने माझी नियुक्ती केलेली होती. म्हणजे जिल्ह्यातील परीक्षा केंद्रांना भेटी देऊन परीक्षा सुरळीत पार पाडण्यासाठी तपासणी करणं, कारवाई करणं असा तो प्रकार होता. छोट्या छोट्या गावांतही राजकीय वरदहस्तामुळे राजकीय लोकांना शिक्षणसंस्था मिळाल्या. बऱ्याच शिक्षणसंस्थांना सरकारी अनुदान

नाही. काही सन्माननीय अपवाद वगळता बऱ्याच शिक्षणसंस्थांचा हेतू 'शिक्षण' हा नाही. (या विनाअनुदान शिक्षणप्रणालीचा विजय तेंडुलकरांनी 'पाहिजे जातीचे' नाटकात चांगलाच समाचार घेतलाय.) अशा कॉलेजमधून परीक्षेत मोठ्या प्रमाणात 'कॉप्यां'चा सुळसुळाट असतो. विशेष म्हणजे या 'कॉप्यां'ना कॉलेजचाच पाठिंबा असतो. (कॉपीचं अनेकवचन 'कॉप्या' असं सर्रास वापरलं जातं.) अशा कॉपीड परीक्षा केंद्रांना सुरळीत करणं हा आव्हानात्मक व डोकेदुखीचा प्रकार असतो. त्यामुळे या पथकात फिरताना शिक्षणाच्या गढूळ झालेल्या पाण्यात आपण तुरटी फिरवत आहोत असा उगीचच भास होतो. महिनाभर गावोगाव फिरताना अनेक माणसं भेटतात. काही अनुभव येतात. त्यातलं काही मनात घर करून राहतं. काही खटकतंही.

आमचं चार जणांचं पथक होतं. योगायोगाने चौघेही परीक्षेतील गैरप्रकारांच्या विरोधातील होतो. कुठल्याही राजकीय पक्षाचे बांधील नव्हतो किंवा कुठल्याही राजकीय नेत्यांच्या कंपूतले नव्हतो. कारण आम्ही नोकरी करीत होतो ती शिक्षणसंस्था कुण्या राजकारण्याचं शहर कार्यालय नव्हती. म्हणूनच आमच्यावर कुणाचं बंधन नव्हतं. बाकी तिघेजण ज्येष्ठ प्राध्यापक होते. त्यांच्या तुलनेत मी अनुभवाने, वयाने नक्कीच कमी होतो. भरारी पथकाचे अध्यक्ष असणाऱ्या सरांची कार आम्ही महिनाभर वापरली. (अर्थात विद्यापीठ खर्च देणार होतंच.) घरातून बाहेर पडताना आम्ही जेवणाचा डबा सोबत घेऊन निघायचो; जेणेकरून कुठल्याही कॉलेजकडून जेवण घेण्याची गरज पडू नये. तसं जेवण घ्यायचंच नाही असं धोरण आम्ही ठरवलं होतं. आम्ही ते पाळलंही. असं आवर्जून ठरवायचं कारण म्हणजे काही कॉलेजं भरारी पथकाला खाऊपिऊ घालून रुळवण्याचा प्रयत्न करतात; जेणेकरून त्यांचा कार्यभाग सुलभ व्हावा.

परीक्षा सुरू झाल्या. आमची परीक्षा केंद्रांना भेट सुरूच होती. सगळीच कॉलेजं वाईट नसतात. काही काही कॉलेजमधील परीक्षेची शिस्त, गैरप्रकाराला थारा नसणं, उत्स्फूर्तपणे कॉपीला असलेला मज्जाव अशा ठिकाणी मन रमायचं. पण काही परीक्षा केंद्रांवर जाण्याआधीच मन खट्टू झालेलं असायचं. असंच एक आडवळणाच्या तालुक्याचं गाव. तेथील कॉलेजमधील 'कॉप्यां'ची कीर्ती कानावर आलेली होतीच. आम्ही प्रथम त्या कॉलेजला भेट दिली तेव्हा कॉलेजभोवती प्रचंड गर्दी जमलेली होती. परीक्षार्थींशिवाय सोबतचे लोकच जास्त दिसत होते. एखादी

जत्रा असल्याप्रमाणे कॉलेजभोवतीच्या झाडांखाली गाड्या लावून लोक बसलेले होते. हे सर्व लोक वर्गातील परीक्षार्थींना 'कॉप्या' पुरवायला आलेले असणार. म्हणजे या परीक्षा केंद्रावार प्रचंड कॉप्या सुरू असणारच असं मनाशी पक्कं करून आमचं पथक कॉलेजात दाखल झालं. मंत्री, मुख्यमंत्री आल्यावर गडबड व्हावी तसा माहोल झाला. एक शिपाई गाडीच्या पुढे पळाला. विद्यापीठाचा स्क्वॅड आल्याची बातमी क्षणात पसरली. प्राध्यापकांची लगबग जाणवली. प्राचार्य तर स्वागत करायला स्वत: बाहेर आले. त्यांनी मोठ्या उत्साहाने स्वागत केलं. प्राचार्य चांगलेच बोलके होते. चहापाणी झालं. प्राचार्यांनी त्यांच्या नेहमीच्या सुप्रसिद्ध धाब्याची तोंड भरून तारीफ केली. सगळ्या 'गावरान' मेनूची वर्णनं झाली. पण आम्ही बधलो नाही. ती आमची ठरवलेली भूमिकाच होती. शेवटी आम्ही परीक्षा सुरू असलेल्या वर्गात जाण्याची इच्छा व्यक्त केली. प्राचार्यांनी 'हो...हो' म्हणत दहा-पंधरा मिनिटं गप्पा लांबवल्याच. एकदाचे परीक्षेच्या हॉलकडे निघालो.

चालताना मागे पुढे प्राध्यापक तैनात होते. आमचे शब्द झेलायला ओंजळ धरून तयार असल्यासारखा त्यांचा आविर्भाव होता. खरंतर हे विचित्र वाटत होतं. आणि अपेक्षितही नव्हतं. एवढ्या ग्रामीण भागात कॉलेजचं केलेलं बांधकाम कौतुकास्पद होतं. विशेष म्हणजे परीक्षाही सुरळीत सुरू होती. हालचाल न करता शांतपणे परीक्षार्थी पेपर लिहीत होते. एका हॉलमध्ये एका विद्यार्थ्याने हातावर काही मजकूर लिहून आणला होता. गार्डिंग करणाऱ्या प्राध्यापकाने त्या पोराला आमच्यासमोर वर्गातून हाकलून दिलं. बाहेर संशयास्पद वातावरण असलं तरी हे परीक्षा केंद्र विनाकारण बदनाम झालंय असं वाटू लागलं. सगळ्या हॉलमधून फेरफटका मारला, पण कॉपी आढळली नाही. मात्र, एक वेगळीच गोष्ट मला खटकली. एवढ्या चांगल्या बांधलेल्या हॉलमध्ये खाली फरशी केलेली नव्हती. वर्गामध्ये चक्क वाळू पसरलेली होती. त्या वाळूवर बेंच टाकून परीक्षार्थींना बसवलेलं होतं. वर्गातल्या भिंतींना रंग देण्याऐवजी फरशी केली असती तरी चाललं असतं. प्राचार्यांचं कौतुक करून आम्ही दुसऱ्या गावासाठी निघालो. हे परीक्षा केंद्र सुधारल्याची गाडीत चर्चा सुरू होती. तरीही माझ्या मनात कॉलेजभोवतीची गर्दी आणि हॉलमधील वाळू रेंगाळतच होती. यावर आमच्यातील ज्येष्ठ सरांनी ग्रामीण भागातील कॉलेजसमोरील अडचणी मांडल्या. आर्थिक प्रश्न सांगितले. अर्थात या अडचणींत तथ्यही होतं. पण वाळू मात्र टोचतच राहिली.

रात्री घरी पोहचलो. या परीक्षा केंद्राबद्दल वाईट बोलणाऱ्या मित्राला मुद्दाम फोन केला. सेंटरबाहेर आगंतुक लोक होते, पण सेंटर व्यवस्थित सुरू आहे, 'कॉप्या' सापडल्या नाहीत, असं मित्राला सांगितलं तरी त्या मित्राचा विश्वास बसेना. 'जरा नीट लक्ष ठेवा...' असंच मित्राचं म्हणणं होतं. या कॉलेजबद्दल मित्राचा काहीतरी पूर्वग्रहदूषित दृष्टिकोन आहे हे मी समजलो. दुर्लक्ष केलं. आमच्या पथकाची भरारी सुरूच होती. वेगवेगळे अनुभव येत होते. मुलांप्रमाणे मुलीही 'कॉप्या' करण्यात आघाडीवर होत्या. कॉपी सापडल्यावर त्या विद्यार्थ्यांची उत्तरपत्रिका घेऊन वर्गातून बाहेर पाठवण्याचा सपाटा सुरू होता. एका केंद्रावर तर जमलेल्या 'कॉप्या'चं अग्निहोत्र सुरू होतं. एका परीक्षा हॉलमध्ये आईच्या वयाची स्त्री कॉपी करताना बघवलं नाही. भांडणं, धमक्या, मारामाऱ्या, पोलीस बंदोबस्त असं सर्व काही सुरू होतं. काही ठिकाणी आपल्या परीक्षा केंद्राचा निकाल चांगला लागावा म्हणून कॉपी प्रकाराला कॉलेजच छुपा पाठिंबा देत असे. अशा ठिकाणी कॉपीबहाद्दरांना वर्गाबाहेर काढलं की त्या कॉलजचे लोक दुखावले जात. एका संस्थाचालक राजकीय नेत्याने मोठ्या विनयाने आम्हाला फोन केला होता. वरकरणी पाहता बंगल्यावर चहाला निमंत्रण देण्याचा बहाणा होता. 'आमच्या घराला पाय लागू द्या...' अशी आलंकारिक भाषा होती. शिवाय ग्रामीण भागात कॉलेज चालवताना किती अडचणी आहेत, तरी कसं कॉलेज उभं केलंय असं सांगताना कॉलेजातील 'कॉप्यां'कडे दुर्लक्ष करा, असंच सूचकपणे त्यांना सांगायचं होतं. आम्हीही 'हो.... हो' म्हणत राहिलो. पण प्रत्यक्षात बंगल्यावरचा चहाही घेतला नाही आणि त्यांच्या कॉपीबहाद्दरांना विशेष सूटही दिली नाही.

पुण्याचं काम करत फिरत असताना वर्गात वाळू अंथरलेल्या कॉलेजात आम्ही अचानक धडकलो. हे परीक्षा केंद्र सुधारल्याची भावना तयार झालेली होती. पण गावात शिरताना चौकातल्या हॉटेलात चहा पिण्यासाठी आम्ही थांबलो. चहा पिताना मागच्या टेबलावर तीन-चार मुलांची हसीमजाक सुरू होती. परीक्षेशी संबंधित गप्पा सुरू होत्या. बोलताना एकाने वर्गातील वाळूचा उल्लेख केल्याचं मी पुसटसं ऐकलं. त्यांचं मात्र आमच्याकडे लक्ष नव्हतं. आम्ही कॉलेजात थेट पोहचलो. हसमुख प्राचार्यांनी स्वागत केलं. पण त्यांच्या चेहऱ्यावर अचानक भेट दिल्यामुळे आश्चर्य होतं. चहापाणी, गप्पा झाल्या. युरिनल कुठं आहे, असं विचारलं तर शिपाई सोबतच आला. मी आत जाऊन बाहेर आलो. शेजारच्या वर्गात परीक्षा

सुरू होती. आत काहीतरी हालचाल जाणवली म्हणून खिडकीजवळ गेलो. समोरचं दृश्य बघून हादरलोच. एक विद्यार्थी चक्क वाळू उकरत होता. ही हाताने वाळू उकरण्याची पद्धत एखाद्या कुत्र्याने उकंड्यात पुरून ठेवलेली भाकरी काढण्यासाठी पायाने माती उकरावी तशी होती. या प्रकाराचं आश्चर्य वाटलं. पाहतो तर काय, उकरलेल्या वाळूतून त्या पठ्ठ्याने चक्क गाइड बाहेर काढलं. कदाचित माझी चाहूल लागल्यामुळे वर्ग चिडीचूप झाला आणि गाइड पुन्हा वाळूत झाकून वरची वाळू पूर्ववत करण्यात आली. डोळ्याला खटकणारी ही वर्गातली वाळू करामती होती.

आता प्राचार्यांच्या हसत स्वागत करण्याचे, मागे-पुढे प्राध्यापक सोबत चालण्याचे, तयार केलेल्या बनावाचे अर्थ लागले. आमचं पथक आलं की प्रत्येक वर्गात निरोप जायचा. सगळ्या 'कॉप्या' वाळूत झाकून ठेवल्या जायच्या. पथकासमोर सर्वजण शांतपणे हालचाल न करता काहीतरी लिहिल्यासारखं करायचे. पथक गेलं की पुन्हा वाळू उकरून 'कॉप्या' बाहेर काढल्या जायच्या. बाहेर जमलेले हितचिंतक खिडकीतून कॉप्या टाकायचे. एकूण या प्रकरणाला कॉलेजचा पाठिंबा आहे हे लक्षात आलं. त्यामुळे हसमुख प्राचार्य सटपटले. आमच्यामुळे विद्यार्थ्यांना त्रास होतोय, आम्ही जाणीवपूर्वक त्रास देतोय, असे आमच्यावर आरोप सुरू झाले. आम्ही शांतपणे त्यांच्याशी बोलत होतो. तर त्यांनी 'आमची मुलं-मुली शिकतायत, हे तुम्हाला बघवत नाही,' असा थेट आरोप केला. आता 'आमची मुलं-मुली' म्हणजे नेमकं काय? ती मुलं आमची नाहीत काय? 'कॉप्या' करून पुढील खुल्या स्पर्धेत ही मुलं टिकली असती का? टिकणार आहेत का? अशा वाळू उकरण्याने पाणी लागणार होतं का? या प्रश्नांची उत्तरं वर्गातल्या वाळूतून काढायला लावलेल्या 'कॉप्यां'त नव्हती. अशी वाळू पायाखाली अंथरली तर प्रवास कुठल्या दिशेला जाईल?

नदीत खोपा करतानाची वाळू माहीत होती. समुद्राकाठाची उन्हात चमकणारी वाळू पायाखाली हुळहुळली होती. नदीपात्रातील माफियाने किडनॅप केलेली वाळू आपण जाणतो. सिंमेटसोबत एकरूप होऊन बांधकामातील लोखंड लपवणारी वाळू मोठी उपयोगी आहे. पण 'कॉप्यां'चं दुष्कृत्य लपवण्यासाठी अंथरलेली करामती वाळू प्रथमच पाहत होतो.

■■

बक्षिशी

रोजचा पेपर आधी दरवाजाखालून सरपटत यायचा. आता तेवढा वेळ पेपर टाकणाऱ्या पोराकडे नसेल किंवा पेपरची जाडी वाढल्यामुळे दरवाजाखालून पेपर सरकवणं शक्य होत नसेल. म्हणून आताशा कुठली तरी नोटिस असल्यासारखा दरवाजाच्या कडीला पेपर लावलेला असतो. दरवाजाखालून सरपटत येवो वा दरवाजाला लावलेला असो, किंवा दगडफेकीसारखा दरवाजा भिरकावलेला असो. या आलेल्या पेपरमध्ये बेमालूमपणे जाहिरातींची पॅम्पलेट्स असतात. पेपरची घडी उघडली की हमखास एखादं पॅम्पलेट खाली टपकतं. कशाकशाच्या जाहिराती असतात. मोफत नेत्रतपासणीपासून ते दिव्यदृष्टी प्राप्तीपर्यंतच्या जाहिराती असतात. बाकी भव्य सेलमधले कपडे घालून आणि वेगवेगळ्या वस्तू सवलतीत विकत घेऊन आपली गेलेली शक्ती परत मिळणार असते. पेपरला लोचटपणे चिकटून येणाऱ्या अशा पॅम्पलेट्सकडे दुर्लक्ष करता येतं. पण आजकाल दररोज येणाऱ्या एका बातमीकडे दुर्लक्ष करता येईना. कदाचित आधी कधीतरी येणाऱ्या या बातमीकडे दुर्लक्ष केल्यामुळेच ही बातमी आता दररोज वाचावी लागतेय. एखाद्या मोठ्या मॉलमध्ये हव्या त्या वस्तू, कपडे भरून असतात. तसा वेगवेगळ्या बातम्यांनी पेपर भरून गेलेला असतो. या बातम्यांत घासात येणाऱ्या खड्यासारखी एक बातमी असतेच. बातमी असते शेतकऱ्याच्या आत्महत्येची.

आधी या बातम्या दूरच्या गावातल्या असायच्या. बातम्या वाचून मन सुन्न व्हायचं. टीव्हीवरच्या बातमीत ठरावीक दृश्यं असायची. शेत, शेतातलं झाड, आत्महत्या केलेल्या शेतकऱ्याचं घर. विमनस्क कुटुंबीय. कॅमेऱ्यासमोर कोरड्या नजरेनं बोलणारा आत्महत्या करणाऱ्याचा बाप, पोरगा, भाऊ, कधी बायको, कधी म्हातारी माय. नजरेत कोरडेपणा. बोलत असायचे, 'सोसायटीचं कर्ज व्हतं. तीन सालापासून वावरात काही पिकलं नाही. या सालीबी पावसानं दगा दिला. म्हणून

लईच खचले व्हते. व्हईल काहीतरी म्हणून आम्ही समजावलं. बेचैनी होती. काल दुपारच्या टायमाला च्या पिला. वावरात जाऊन येतो म्हणले अन् असं करून बसले. आता आम्ही काय करावं... लेकराला कसं जगवावं...' ओसाड गावातल्या घराच्या पार्श्वभूमीवर घेतलेला 'बाइट' नित्याचा झालाय.

आधी महानगरातून, शहरातून आत्महत्या व्हायच्या. आजार, आर्थिक विवंचना, कौटुंबिक ताणतणाव तर कधी सासरच्या छळाला वैतागून आत्महत्या व्हायच्या. बऱ्याचदा रॉकेल अंगावर टाकून पेटवून घेतलं जायचं. पण जास्त प्रमाणात पंख्याला लटकवून घ्यायचे. तेव्हापासून एखादी पंख्याची कंपनी आपल्या पंख्याची विचित्र जाहिरात करेल की काय अशी भीती वाटते. काय घ्या, पंख्याचा दणकटपणा सांगताना पंख्याला लटकून मरणाऱ्याचा दाखलाही देऊ शकतात. ओएलएक्सवर काहीही विकायला आणि विकत घ्यायला निघालेली आपण माणसं आहोत. हे आत्महत्येचं लोण पाहता पाहता खेड्यात आलं आणि 'मढं झाकून पेरणी करणारा कुणबी' या तुकारामाच्या वचनाला तडा गेला. पेरणारा कधी असा मरणारा होत नसतो. पण गावोगाव झाडाला प्रेतं झुंबरासारखी लोंबकळू लागली. ही कुठल्या उत्सवाची तयारी, काही कळेना.

हे सर्व वाचताना, ऐकताना, टीव्हीवर पाहताना एक विचित्र दिवस उजाडला. दुर्बिणीतून लांबचा डोंगर जवळ दिसावा हे ठीक. पण त्या डोंगराचा चक्क नाकाला स्पर्श झाला तर घाबरून हातातली दुर्बीण खालीच पडणार ना. झालं तसंच. कॉलेजातून दुपारी घरी आलो. जेवण करून पेपर वाचत होतो. तेवढ्यात फोन खणखणला. फोनवर मित्र बोलत होता. भयंकर बातमी होती. विसेक कि.मी. अंतरावर एका शेतकऱ्याने आत्महत्या केलेली होती. बापरे, म्हणजे हा साथीचा रोग आमच्या गावाजवळ येऊन पोहचला होता. लांबवर घडणारी घटना आज अंगणापर्यंत आली होती. आत्महत्या करणारा शेतकरी कोण ? त्याचं नाव काय ? काहीही माहीत नव्हतं. पण अस्वस्थता शांत बसू देईना. शेवटी आम्ही मोटरसायकल काढली आणि त्या गावाच्या दिशेने निघालो.

छोटंसं गाव. मुख्य रस्त्यापासून दहा-बारा किलोमीटर आत. गिट्टी उखडलेला रस्ता. खुट्ट वाजलं तरी लोकांचे कान टवकारणारे. इथे तर मृत्यू अवतरलेला होता. तोही साधासुधा नाही. विषारी औषध गटागटा पिऊन शांत झालेला मृत्यू! वेशीवरच्या मारोतीजवळ पायऱ्यांवर चार-पाच जण बसलेले. दबक्या आवाजात बोलत होते.

अरुंद गल्ली. रस्त्यावरून नालीचं पाणी वाहतंय. पायऱ्यांवर, उंबऱ्यात, ओट्यावर लोक बसलेले. लोकांच्या गर्दीमुळे आम्ही सहज घरासमोर येऊन पोहचलो. पुढे सरकणाऱ्या आमच्या मोटारसायकलबरोबर सगळ्यांच्या नजरा सरकत होत्या. गावाच्या शेवटाला घर. घर म्हणजे काय तर, विटांनी रचलेल्या दोन पत्र्याच्या खोल्या. भिंती मातीने लिंपून सारवलेल्या. समोर मोठं सारवलेलं अंगण. अंगणात शेवग्याचं झाड. झाडाखाली मातीच्या ओट्यात अर्धा पुरलेला रांजण. रांजण शेवाळलेला. रांजणावर झाकण म्हणून ठेवलेला लाकडाचा तुटका पाट. पाटावर पालथा ठेवलेला पितळी तांब्या. शेजारी वाळकी तुळस. घराला पराट्याचं लावलेलं कुंपण. अंगणात बांधलेली शेळी. कुंपणाच्या बाहेरच्या बाजूला एक कापलेल्या झाडाचं भलंमोठं खोड ठेवलेलं. त्या खोडावर लोक बसलेले. आजूबाजूला काही लोक उभे.

अंगणातल्या खाटेवर बसलाय तो बाप. शेतात जाऊन विषारी औषध पिणाऱ्या पोराचं वय तीस वर्षं. पाच एकर शेती. पाऊसकाळ नाही. तीन वर्षांपासून नापिकी. दुष्काळ. पंचाहत्तर हजाराचं सावकाराकडून नवं कर्ज घ्यावं लागलं. पावसाळा कोरडा गेला. उगवलेलं वाळून गेलं. सकाळी पंचनामा झाल्यावर पत्र्याच्या खोलीत प्रेत आणून ठेवलंय. म्हातारी आई पदराने माश्या हाणतेय. बायको कोरड्या पडलेल्या डोळ्याने प्रेताशेजारी बसून आहे. लेकरं अंगणात खेळतायत. मरणदारी अंगणातल्या धोंड्यावर आम्ही बसलो. त्या घरातलं ओळखीचं कुणीच नाही. इथे येऊन असं का बसलो, काही कळेना.

ह्यो जुनाट मलखांब
वरून धडधाकट आतून पोगरला
या मलखांबाशी खेळून
सगळेच बलदंड झाले
दुबार–तिबार पेरणीच्या नावानं
घरावरचे पत्रे गेले
मालक,
नापिकी, कर्ज, दुस्काळ
हे तर जलमाचे सोयरे

परिस्थितीनं धोतर फेडून नंगं केलं
पण कर्ज नाय फेडता आलं
मंग शेतात जाऊन
यानं घटा घटा 'एंड्रीन' पेलं
लोक उगीच चवताळल्यावानी करतेत
म्हणले, याचा मुडदा
ग्रामपंचायतीतच जाळायचा
शेवटी अधिकाऱ्यानं समजावलं,
आपल्या सरकारच्या इज्जतीचा
सवाल हाय म्हणून लिडरायनं फटकारलं
अन् सकाळच्याला प्रेत घरी आणलं

प्रेत ठेवलेल्या घराभोवती आम्ही सगळे जमलो होतो. काहीजणांना आम्ही पत्रकार वाटलो. पण आम्ही काहीच नव्हतो. तरीही स्वत:ला संपवणाऱ्या त्या शेतकऱ्याचे आम्ही कोणीतरी लागत होतो. काहीच नसलो तरी शेवटी सगळ्यांसाठी पिकवणाऱ्या शेतकऱ्याला जगणं असह्य करणाऱ्या कृषिप्रधान देशातील आम्ही नागरिक होतो. तेवढ्यात लोकांमध्ये हालचाल झाली. कुजबुज झाली. दोन-तीन गाड्या येऊन थांबल्या. आमदारसाहेब आले होते. त्या उदास मळकट वातावरणाच्या पार्श्वभूमीवर साहेबांच्या कपड्यांची शुभ्रता अधिकच उठून दिसत होती. साहेबांच्या श्वासाच्या लयीत हलणारा कार्यकर्त्यांचा ताफा सोबत होता. ठेंगण्या दाराच्या चौकटीमुळे साहेबांना वाकावं लागलं. दु:खात असणारी देहबोली घेऊन साहेब आत गेले. अंत्यदर्शन घेऊन आले. खाटेवर बसलेल्या अभागी बापाचं सांत्वन केलं. मदत मिळवून देण्याचं आश्वासन दिलं. लोकांना हात जोडून नमस्कार करत गाडीत बसले. गाड्या आल्या तशा निघून गेल्या. कुजबुज, चर्चा रंगात आली. साहेबांच्या काळ्याभोर चष्म्याआड आसू चमकलेला त्यांच्या गटाच्या कार्यकर्त्याला दिसला होता.

अंत्यविधी झाल्यावर तीन दिवसांनी साक्षात मंत्रीसाहेब आले. हेलिकॉप्टरच्या पंख्याने गाव हादरलं. हेलिकॉप्टर बघायला गर्दी झाली. बाजूच्या गावातले लोकही आले होते. मंत्रीसाहेबांनी एक लाख रुपयाचा चेक म्हाताऱ्या बापाला दिला. फ्लॅश

चमकले. फोटो निघाले. कृतकृतार्थ होऊन मंत्रीसाहेब निघाले. हेलिकॉप्टरचा पंखा सुरू झाला. जमीन हादरली. आवाजाने कानठळ्या बसल्या. मंत्रीसाहेब थांबले असते अजून थोडा वेळ, पण अजून दोन गावांत लाख लाख रुपयांची बक्षिशी वाटायची होती. कितीतरी वर्षांपासून शेतकरी आत्महत्या करतायत. मायबाप सरकारही लाख लाख रुपयांची बक्षिशी न थकता वाटतंय. तुम्ही आंब्याच्या झाडाला फास घ्या किंवा बाभळीच्या झाडाला लटकवून घ्या किंवा विषारी औषध गटागटा पिऊन मरा. सरकार भेदभाव करणार नाही. हां, सरकारी यंत्रणा थोडे नियम दाखवेल. थोडा त्रास होईल. पण लाख रुपयांची बक्षिशी मिळणार. लाख लाख रुपयांची बक्षिशी वाटणारं सरकार पाठीशी असल्यामुळे शेतकरीही बिनघोरपणे आत्महत्या करतायत. भावनेच्या उद्रेकात किंवा बेसावध क्षणी नव्हे तर मायबाप सरकारला रीतसर पत्र लिहून तरुण सुशिक्षित शेतकरी स्वत:ला संपवतायत. या आत्महत्या आहेत का हत्या आहेत, व्यवस्थेने घेतलेले बळी आहेत का अजून काही आहे यावर चर्चा सुरू आहेत.

अभिव्यक्तिस्वातंत्र्यासारखा हा जगण्या-मरण्याचा प्रश्नही गंभीर आहे. अभिव्यक्तिस्वातंत्र्य धोक्यात आलंय, म्हणून लेखक मंडळी निषेध म्हणून स्वत:ला मिळालेले पुरस्कार परत करतायत. पण शेतकऱ्याने काय परत करावं? शेतकरी त्याला मिळालेली लाख रुपयाची बक्षिशी परत करू शकत नाही. कारण ही मदत मेल्यानंतर मिळते. आणि कुत्र्या-मांजरासारख्या त्याच्या मरणासाठी कुणी पुरस्कार परत केलेला नाही. लेखकांना दोन सरकारमध्ये 'डावं-उजवं' करता येतं. म्हणजे 'ते' कमी असहिष्णू, 'हे' जास्त असहिष्णू असा भेद करता येतो. पण शेतकऱ्यांना सगळे सरकार सारखे. सगळे पॅकेज सारखे.

किती रसिक असतं मरण
शोधतं नवनव्या तऱ्हा
मांडतं आरास.
सरकारही तेवढंच कदरदान
देतं लाख लाख रुपयाची
बक्षिशी

खऱ्या अर्थाने मातीत राबणारा शेतकरी इथे पुरस्कृत झालाच नाही. परत करण्यासाठी त्याच्याजवळ पुरस्कार नाहीत. म्हणून तो जगणंच परत करतोय, लटकलेल्या देहाच्या स्मृतिचिन्हासह.

■■

पोळणारी सावली

शाळेच्या गणवेशातच खाकी चड्डी होती. त्यामुळे अघळपघळ खाकी चड्डी अंगाला कायम चिकटलेलीच असे. या जाड कापडी चड्डीला दोन बाजूंना दोन खिसे. जणू छोटे गोदामच. या खिशात तिरपा हात घालावा लागे. रिकाम्या खिशात हात घालून चाललं तरी ऐट वाटायची. खिशात चांगली ऐसपैस जागा होती. बऱ्याचदा उपयोगी खजिना या खिशांत कोंबलेला असे. तुरीच्या शेंगा, पेरू, बोरं, कैऱ्या, चिंचा, रेवड्या, शेंगदाणे, फुटाणे, मुरमुरे, चिक्की, खोबरं, संत्री गोळ्या, बिस्किटं असं काय काय ठेवण्यासाठी या खिशांचा उपयोग होई. कधीतरी जांभळीखालची वेचलेली जांभळं या खिशात ठेवण्याचा प्रयत्न महागात पडला. जांभळांच्या डागामुळे खराब झालेली चड्डी आणि त्यापेक्षा भयंकर म्हणजे जांभळाऐवजी खाव्या लागलेल्या शिव्या अधिक तुरट होत्या. कधीही रिकाम्या नसणाऱ्या खिशाचे हे सर्वसाधारण उपयोग झाले. पण आम्ही बऱ्याचदा या खिशाचा उपयोग समोरच्याला चकित करण्यासाठी करत असू. म्हणजे खिशातून एखादी दुर्मीळ, वेगळी वस्तू बाहेर काढायची. ती वस्तू मित्रांना दाखवून चकित करायचं असा हेतू असे. काड्याच्या डबीवरचं नवनवं चित्र, सिगारेटच्या पाकिटात मिळणारा चमकीचा कागद, शंख, शिंपले, गारगोटी, चिंचोके, सीताफळाच्या बिया, रेल्वेची जाड तिकिटं, सापडलेले मणी, जुनी नाणी, रंगीत पंख, रंगीत खडू, ढब्बू पेन असं काहीही जादूने काढल्यासारखं खिशातून काढून मित्राला दाखवण्यात मौज होती. एकदा रानात सापडलेली मोरपिसं मी या खिशात कोंबली होती. शाळेच्या सहलीत नदीत सापडलेलं कासवाचं पिल्लू खिशात ठेवण्याचा अयशस्वी प्रयत्न आम्ही केला होता. एकाच्या खिशात कोंबडीचं पिल्लू गुदमरलं होतं. एका मित्राने खिशातून सापाची कात काढून आमच्यासमोर धरली होती. अशा विचित्र वस्तूंमुळे खिसा श्रीमंत व्हायचा. यात काही वेळा या वस्तूंची अदलाबदलही व्हायची. बऱ्याचदा या वस्तू रात्री अंथरुणात आमच्यासोबत

झोपही घेत. त्यामुळे सकाळी कपडे धुताना आई कपड्यांची तपासणी करे. खिशात सापडलेल्या अद्‌भुत वस्तू नहाणीच्या कोनाड्यात काढून ठेवत असे. दरम्यान, आमच्या खिशात नवीन वस्तू आलेली असे.

काळ बदलला. स्वाभाविकपणेच माहोलही बदलला. शाळा, गणवेश आणि त्यापेक्षाही मानसिकता बदलली. खाकी चड्डी गेली. आताच्या बर्मुडाला लहान–मोठे खूप खिसे आहेत. पण हे खिसे भरलेले नाहीत, रिकामे आहेत. मग आजची मुलं–मुली एकमेकांना चकित करीत नाहीत का ? तर आजही चकित केलं जातं. फक्त त्याचं स्वरूप बदललंय. गेल्या महिन्यात आठ–दहा दिवस घरात मुलं–मुली म्हणजे भाचे–भाच्या, पुतणे–पुतण्या असे जमले होते. ते एकमेकांना त्यांच्या मोबाइलमधले गेम, व्हिडिओ क्लिपिंग्ज दाखवत होते. मोठ्या उत्सुकतेने एकमेकांना व्हिडिओ दाखवायचे. या काळातलं हे चकित करणंच होतं. कुणाजवळ किती अद्‌भुत व्हिडिओ आहेत, व्हॉट्सअ‍ॅपवर कुणाजवळ वेगळं काय आलंय याची चढाओढ लागायची. चड्डीला खिसा असतोच, तसा मुलांजवळ मोबाइल होताच. मग एकमेकांत व्हिडिओची, क्लिपिंगची देवाणघेवाण व्हायची. या व्हिडिओ, व्हॉटस्‌अ‍ॅप प्रकरणात मीही जरा रस दाखवला. खरंच अद्‌भुत व्हिडिओ होते. माकडिणीला मारून तिच्या पिलाला सांभाळणारा बिबट्या, जमिनीतल्या घरात पिलांना लपवून ठेवणारा ससा, चेहऱ्याला हवं तसं वाकवणारा माणूस, असे कितीतरी चकित करणारे व्हिडिओ होते. माझीही उत्सुकता वाढत गेली. साहसी, विनोदी, अद्‌भुत व्हिडिओ पाहताना मजा येऊ लागली. पण भाचीच्या मोबाइलमधला एक नऊ सेकंदाचा व्हिडिओ पाहून थबकलो. एखादी ब्लॅक कॉमेडी पाहताना हसता हसता अंतर्मुख होतो तसं झालं. तसं पाहिलं तर हा एक मजेशीर दृश्याचा तुकडा होता. पण मला मजा वाटली नाही; उलट आतून हललोच. मोबाइलमध्ये असे दुर्मीळ क्षण कुणीतरी पकडतं. हा क्षण पकडणाऱ्याला त्याचं श्रेय बहुधा मिळतच नाही. कारण मेसेज, व्हिडिओ पुढे पाठवणाऱ्याचा स्वत:च निर्माता असल्यासारखा आविर्भाव असतो. व्हॉट्सअ‍ॅपमुळे हे सर्व कुठल्या कुठं पोचतं. मोबाइलमध्ये चित्रित केलेला हा इटुकला व्हिडिओ होता पिटुकल्या म्हणजे दोन–तीन वर्षाच्या मुलीचा. सहज स्वाभाविकपणे नऊ सेकंदात क्षण पकडला गेलेला आहे. पाहण्यासाठी व्हिडिओ सुरू केला की ताबडतोब संपूनही जातो. पण त्याची परिणामकारकता खूपच आहे. प्रथम गंमत म्हणून माझ्या मुलीने हा व्हिडिओ मला

दाखवला. पण गंमत वाटण्यापेक्षा काहीतरी मनात हललं. दोनदा–चारदा पुन:पुन्हा तो व्हिडिओ मी पाहत गेलो.

व्हिडिओ सुरू होतो... शहरातला एक डांबरी रस्ता. बहुधा या रस्त्याचं काही काम सुरू असल्यामुळे रहदारी नाही. डोक्यावर सूर्य तापलाय. दोन–तीन वर्षांची एक मुलगी. (रस्त्याचं काम करणाऱ्या कामगाराची ही मुलगी असावी.) रस्त्यावर पांढरे पट्टे मारलेले आहेत. त्या पांढऱ्या पट्ट्यांकडे पाहत ही चिमुरडी डांबरी रस्त्यावरून चालतेय. फ्रेममध्ये ती एकटीच आहे. तेवढ्यात तिला शेजारी काहीतरी हलल्यासारखं दिसतं. गडद काळ्या रंगाची आकृती तिचा पाठलाग करतेय. ती छोटी त्या काळ्या आकृतीला पाहून घाबरते. चिरकते. तापलेल्या रस्त्यावरून पळायला लागते. तर ती काळी आकृती तिचा पाठलाग करतेय. मुलगी ओरडायला लागते. रडायला लागते. कशीतरी रस्त्याच्या कडेला येऊन थांबते. आता पाठलाग करणारी काळी आकृती मागे नसते. तिला क्षणभर हायसं वाटतं. समोर पाहिलं तर तीच काळी आकृती आता समोरच्या बाजूला तिला खेटून उभी आहे. मुलगी पुन्हा जिवाच्या आकांताने ओरडते. भीतीने मागे मागे सरकायला लागते आणि रस्त्यावर जोरात पडते. इथं व्हिडिओ संपतो. पाठलाग करणारी काळी आकृती म्हणजे त्या चिमुरडीचीच पडलेली सावली आहे. स्वत:च्याच सावलीला घाबरलेली मुलगी पाहून गंमत वाटणं शक्य आहे. मुलीच्या निरागसतेमुळे घडलेली ही गंमत गमतीदार मात्र वाटली नाही. हा दृश्यखंड मी पुन:पुन्हा पाहिला. मला हसू येईना. उलट, ही छोटीशी घटना मोठी अर्थपूर्ण वाटली. ही दृश्यफीत ज्यांनी कोणी चित्रित केली आहे त्यांचा हेतू नेमका काय होता, ते माहीत नाही. पण त्यातील सहज स्वाभाविक चित्रीकरणातून आजच्या जगण्यातलं एक कटू सत्य अधोरेखित झालं आहे.

त्या चिरमुरड्या मुलीला अजून 'सावली' हा प्रकार कळलेला नाही. मोठ्या माणसांनाही कालपर्यंत सावलीचा खेळ कळलेला नव्हता. म्हणून तर चंद्रग्रहण म्हटलं की राहू आणि केतू नावाचे राक्षस चंद्राला गिळायला यायचे. या राक्षसांपासून सुटका मिळवण्यासाठी लोक दानधर्म करायचे. गंगेत अंघोळी करायचे. आत्ता लोकांना कळलंय, की ग्रहण म्हणजे सावलीचा खेळ आहे. इथे तर ही चिमुरडी मुलगी आहे. तिला अजून सावलीचं आकलन झालं नाही. ही चिमुरडी इतर कुणाच्या सावलीला घाबरली असती तर ठीक होतं, पण ती स्वत:च्याच सावलीला घाबरते. स्वत:च्या सावलीपासून लांब पळण्याचा प्रयत्न करते. स्वत:च्या

सावलीपासून लांब पळणं ही कल्पना गमतीदारच आहे. म्हणून हा इटुकला व्हिडिओ सर्वांचं लक्ष वेधून घेतो. सावली म्हणजे त्या चिमुरड्या मुलीचं प्रकाशातलं अस्तित्वच. अज्ञानामुळे का होईना, ती चिमुरडी स्वत:च्या अस्तित्वापासून दूर जाऊ पाहतेय. सुरुवातीला स्वत:च्या सावलीला घाबरणाऱ्या मुलीला पाहून मौज वाटते. पण जेव्हा स्वत:च्या अस्तित्वापासून दूर पळू पाहणारी मुलगी असा अर्थ डोक्यात येतो तेव्हा अस्वस्थ व्हायला होतं.

एका नाटककाराने एक भन्नाट प्रयोग केलेला होता. (बहुधा ते नाटककार बादल सरकार असावेत!) हे नाटककार अफलातून प्रयोग करायचे. त्यामुळे लोकांमध्ये त्यांच्या प्रयोगांबद्दल उत्सुकता होतीच. नव्या नाट्यप्रयोगाचं निमंत्रण रसिकांना मिळालं. लोक नेहमीप्रमाणे उत्सुकतेने रंगमंदिरात गोळा झाले. पण आजचा प्रयोग नेहमीच्या रंगमंचावर होणार नव्हता. रंगमंदिराच्या शेजारी पडद्याची एक खोली तयार करण्यात आलेली होती. या खोलीत एकेकट्याने हा प्रयोग बघायचा होता. लोक बुचकळ्यात पडले. एकजण प्रयोग पाहण्यासाठी आत गेल्यावर खोलीबाहेर रांगेत उभ्या असलेल्या लोकांनी काय करायचं ? नेमकं किती वेळ रांगेत उभं राहायचं ? खोलीत गेलेला नेमका किती वेळ प्रयोग पाहणार ? प्रश्नांची उत्तरं न मिळाल्यामुळे लोक गोंधळून गेले होते. काही लोक या कल्पनेची टिंगल करायला लागले. चौकटीला झुगारून देणारी खोडकर प्रायोगिकता मुळात ठामच असते. इथेही आपल्या निर्णयावर नाटककार ठाम होते. विनासायास सगळ्यांना या खोलीतला नाट्यप्रयोग पाहायला मिळेल याबाबत नाटककाराच्या मनात शंका नव्हती. लोकही गंमत म्हणून थांबले. या खोलीत नाट्यप्रयोग पाहायला गेलेला मागच्या दाराने बाहेर जात होता. त्यामुळे नेमका आत कसला प्रयोग आहे हे कळायला मार्ग नव्हता. एकजण आत गेला की दुसऱ्या मिनिटालाच दुसऱ्याला आत सोडलं गेलं. म्हणजे मिनिटाच्या आतच आतला प्रयोग पाहून होत होता. नंतर नंतर तर काही सेकंदांतच हा प्रयोग पाहून होऊ लागला. पाहता पाहता सर्व लोकांचा प्रयोग पाहूनही झाला. बरेच लोक प्रयोगाची टर उडवत निघूनही गेले.

बंद खोलीत एकेकट्याने काही सेकंदात पाहून होणारा हा नेमका काय प्रयोग होता ? तर त्या बंद खोलीत आत गेल्याबरोबर समोर मोठ्ठा आरसा लावलेला होता. भरपूर प्रकाश होता. तिथे उभं राहिल्यावर समोरच्या आरशात स्वत:चं मोठं प्रतिबिंब दिसायचं. खोलीत दुसरं काहीच नव्हतं. फक्त आणि फक्त आरसा आणि त्यात दिसणारं स्वत:चं प्रतिबिंब. आरशात स्वत:लाच बघून प्रत्येकजण आल्या

पावली बाहेर जायचा. त्या एकमेव आरशात नेमकं काय बघायचं, हे लोकांना कळलंच नाही. स्वत:कडेच काय बघायचं, म्हणून कोणी नीट बघितलंच नाही. उलट, बऱ्याचजणांना हा वेडेपणा वाटला. पण नाटककाराची भूमिका स्पष्ट होती. दरवेळी नाटक पाहताना आपण दुसऱ्याच्या आयुष्यात डोकावून पाहतो. कधीतरी स्वत: स्वत:च्या आत डोकवायला हवं. निदान स्वत:ला निरखून पाहायला तरी हवं.

ती चिमुरडी मुलगी अज्ञानामुळे स्वत:च्या सावलीपासून दूर पळू पाहतेय. पण ज्ञानी असणारी मोठी माणसं तरी काय करताहेत ? स्वत:पासून दूरच पळताहेत. खूप माणसं एकटं राहायला घाबरतात. कारण एकटं असलं की आपण खरे असतो. हे आपलं खरं रूप आपल्याला त्रास देणारं आहे. भाषणात खोटं बोलता येतं; पण स्वत:शी खोटं बोलणं शक्य नसतं म्हणून आपण स्वत:शी बोलतच नाही. स्वत:शी खोटं वागता येत नाही. त्यामुळे मी स्वत:लाच टाळतो. सगळ्या जगाकडे नजर रोखून मी पाहू शकतो; पण स्वत:च्या नजरेला नजर मिळवू शकत नाही. मी सगळीकडे असतो; पण स्वत:जवळच नसतो. स्वत:मध्ये नसणं हेसुद्धा स्वत:पासून पळण्यासारखंच आहे. अशा वेळी भौतिक सुखांच्या कितीही दाट सावलीत बसलं तरी थंडावा मिळत नाही. उलट, या सावल्या पोळू लागतात. म्हणून त्या चिमुरड्या मुलीसारखं आपणही आपल्याच सावलीला घाबरतो आहोत.

■■

लाल पोशाखातला हिरवा माणूस

दोस्त हो, कोण मी ? मी कुणाचा ?
भान नाही मला राहिलेले
स्वैर धुंदीत या वादळाच्या
चाललो घेऊन 'स्वप्न'गाणे...

या ओळी म्हणजे नुसती टाळ्याघेऊ, आकर्षक शब्दरचना नाही, तर जगण्यातून बहरलेला हा अनुभव आहे. या शब्दांत एका कार्यकर्त्या कलंदर कलावंताच्या प्रवासाचं सार अधोरेखित झालं आहे. या कवितेच्या ओळी आहेत राम मुकादम यांच्या आणि शब्दांत अधोरेखित झालेले प्रवासी आहेत स्वतः राम मुकादम ! कवी राम मुकादम यांनी कलावंत राम मुकादम यांना इथे नेमकेपणाने शब्दांत पकडेलं आहे.

पांढरेशुभ्र रेशमी केस, भव्य कपाळ, लाल रंगाचा झब्बा-पायजमा, काखोटीला गडद रंगाची झोळी, काळ्या चष्म्यातून डोकावणारे बोलके डोळे आणि रस्त्यात सर्वांची विचारपूस करीत चालल्याप्रमाणे धावणारी निळ्या आकाशी रंगाची लुना. अशी रंगांची उधळण करत अंबाजोगाईच्या रस्त्यावर फिरताना रामकाकांना मी सर्वप्रथम पाहिलं. निवांतपणे शब्दोच्चारण करत खर्जातल्या आवाजातलं रामकाकांचं बोलणं मला ऐकताक्षणी आवडलं. कवी, अभिनेता, दिग्दर्शक, गायक, संगीतकार, संगीतज्ञ, वक्ता, संपादक, संयोजक, कार्यकर्ता, संशोधक, अभ्यासक, राजकारणी, आंदोलक, स्वातंत्र्यसैनिक अशा अनेक अंगांनी परिचित असलेले बहुआयामी राम मुकादम होते सगळ्यांचे रामकाका !

कर्मकांडाचं सोवळं नेसून कुलाचार-कुलधर्माच्या पुरणपोळ्या फस्त करणाऱ्या कौटुंबिक वातावरणात रामकाका वाढले. पण ते स्वतः मात्र सदोदित 'ओवळ्या'तच होते. बंडखोरी, विद्रोह मुळातच होता. तो जगताना ठायी ठायी प्रकटत गेला. दासोपंतांच्या दत्त संप्रदायातील गुरुपरंपरा नाकारून रामकाकांनी

मार्क्सला गुरुपदी बसवलं. लहानपणीच्या वातावरणात गुरुचरित्राची पोथी वाचणारा हा माणूस 'दास कॅपिटल'चा भक्त झाला.

१९४३ साली चळवळीसाठी त्यांनी शिक्षण अर्धवट सोडलं. चळवळीत झोकून दिलेलं कविमन भटकताना त्यांना अलिगढमध्ये घेऊन आलं. तिथून रामकाका काबूलला निघाले होते. पण अचानक घरसंसाराची आठवण झाल्याने ते अंबाजोगाईला परतले. रामकाकांनी संसाराप्रमाणेच अनेक क्षेत्रांत अनेक गोष्टी केल्या, पण ते रमले कशातच नाहीत. आयुष्यभर नोकरी केली नाही. यश हवंय म्हणून एखादं क्षेत्र धरून जाणीवपूर्वक प्रयत्न केले नाहीत. मनस्वीपणाने अनेक क्षेत्रांत भटकले. पण स्थिरावले कुठेच नाहीत. गुलाल लावला म्हणून त्यांचं कपाळ कधी धार्मिक झालं नाही आणि दासोपंतांच्या देवघरात वावरताना त्यांचा निरीश्वरवाद धोक्यात आला नाही. शेतकरी मजुरांसाठी आंदोलन उभारणारे रामकाका लोकशाहीर अण्णा भाऊ साठेंबरोबर चळवळीत फिरलेले आहेत. कम्युनिस्ट पार्टीचे सक्रिय सदस्य असणारे साम्यवादी रामकाका म्हणजे कलासक्त व्यक्तिमत्त्व!

संगीत हा रामकाकांचा ध्यास. नाटकात नमनाला ते स्वत: नांदी म्हणत. प्रसंगानुरूप त्यांनी संगीतावर दिलेली अभ्यासपूर्ण भाषणं, व्याख्यानं ही त्यांच्या संगीतव्यासंगाची साक्ष आहेत. मराठवाड्यातील संगीतक्षेत्रातील कलावंतांचे ते नुसते प्रशंसक नव्हते, तर खंबीर पाठीराखे होते. पखवाजवादक पद्मश्री कै. शंकरबापू आपेगावकर यांच्याबद्दल भरभरून बोलताना रामकाकांना मी ऐकलं आहे. तारीफ करावी ती रामकाकांनीच. बिनघोरपणा व दिलदारी भाषेतूनच उजागर व्हायची. लोकसंगीताबद्दलही त्यांना आत्मीयता होती. लोकनाट्यातील लावण्यांवर त्यांनी स्वत: फडात जाऊन अभ्यास केला. रामकाकांनी या लावण्यांच्या चाली, संगीत याबद्दल सप्रयोग दिलेल्या माहितीबद्दल गुरुवर्य यू. म. पठाणांनी गौरवाने लिहिले आहे. साधारणपणे अभ्यासक कागदपत्रं ओलांडून फार पुढे जात नाहीत; पण तमाशात स्वत: कडी वाजवणारे रामकाका कलावंत अभ्यासक होते. कै. भास्करबुवा बखले यांच्या घरंदाज गायकीचं कै. पं. प्रल्हादबुवा जोशी यांच्याकडून रामकाकांनी रीतसर शिक्षण घेतलेलं होतं. जुन्या आकाशवाणी औरंगाबाद केंद्रावर अनेक वर्षं त्यांनी सुगम गायक म्हणून कार्यक्रम सादर केले. चळवळीच्या कलापथकात बलराज सहानी, हेमंतकुमार असे दिग्गज मागे कोरसमध्ये गात होते तेव्हा रामकाका प्रमुख गायकाची भूमिका करत होते. त्यांनी संगीताचा उपयोग नाटकात करून

घेतला तसा स्वत:मधील कार्यकर्त्याचा उपयोग करून अनेक संगीत संमेलनांचं यशस्वी आयोजनही केलं.

संत एकनाथांचे समकालीन असणारे संतकवी दासोपंत यांच्याबद्दल रामकाकांच्या मनात डोळस भक्ती होती. दासोपंतांचा प्रतिभावंत कलावंत म्हणून रामकाकांनीच बहुधा प्रथम विचार केला. दासोपंतांच्या काव्यातील संगीत, ललितकला यांबद्दल रामकाकांना प्रचंड उत्सुकता होती. या संदर्भाने अभ्यास करून त्यांनी 'सर्वज्ञ दासोपंत इन् दि फिल्ड ऑफ क्लासिकल म्यूझिक अॅण्ड फाइन आर्ट' हा इंग्रजीतून ग्रंथही लिहिला. हेतू हा की, दासोपंत सुदूर परिचित व्हावेत. त्यासाठी त्यानी 'दासोपंत संशोधन मंडळ' ही संस्थाही कार्यरत केली. त्या वेळी साम्यवादी विचारांचे रामकाका शेवटी देवघराकडे, दासोपंतांकडेच वळले, अशी प्रतिक्रिया मीही ऐकली होती. खरंतर आपलं धोरण स्वच्छ व पक्कं असलं की कुणाचाही विटाळ होऊ नये. रामकाका दासोपंतांकडे वळले त्यामागे त्यांचा हेतूही स्पष्ट होता. कुलाचार–कुलधर्मात अडकलेली दासोपंतांची प्रतिमा एक ललित कलेतला प्रतिभावंत म्हणून रामकाकांना उजागर करायची होती. खाजगीत बोलतानाही दासोपंतांमधील कवी, संगीतकार व चित्रकाराबद्दल ते भरभरून बोलायचे. त्यांची पदं म्हणून दाखवायचे. रामकाकांचा खर्जातला आवाज ऐकताना त्यांच्या गायनाबद्दल मला खूप उत्सुकता वाटली होती. पण संगीतातला, नाटकातला त्यांचा प्रत्यक्ष सहभाग थांबल्यानंतर मी रामकाकांना भेटलो होतो. 'मुस्लीम राजवटीतच संगीताची खरी भरभराट झाली!' हा रामकाकांचा विचार काहीजणांना आवडायचा नाही. पण इतिहास असो की वर्तमान त्याकडे स्वच्छ नजरेने पाहिलं पाहिजे, हा त्यांचा स्वभाव होता.

१९४३ साली कम्युनिस्ट पक्षाचे कार्डहोल्डर झालेल्या रामकाकांना कॉ. एस. के. वैशंपायन, कॉ. राजबहादूर गौड यांचं मार्गदर्शन लाभलं होतं. हुतात्मा कॉ. वसंत राक्षसभुवनकर यांच्यासमवेत त्यांनी प्रत्यक्ष कार्य केलं होतं. १९४३ ते १९८७ अशी चव्वेचाळीस वर्षं त्यांनी पार्टीसाठी काम केलं. पण ते कर्मठ कम्युनिस्ट कधीच नव्हते. संयुक्त महाराष्ट्र आंदोलन, गोवा सत्याग्रह, मराठवाडा विकास आंदोलन, नामांतर आंदोलन, शेतकरी–शेतमजूर आंदोलन अशा अनेक आंदोलनांत रामकाकांचा पुढाकार होता. प्रसंगी त्यांना तुरुंगवासही झाला. 'इप्टा' ही कम्युनिस्ट पार्टीची सांस्कृतिक संघटना. इथेही रामकाका अग्रेसर होते. बलराज सहानी, प्रेम धवन, शैलेंद्र यांच्यासोबत नाट्यक्षेत्रात ते कार्यरत होते. अंबाजोगाईसारख्या गावात त्या काळात कम्युनिस्ट पार्टीसारख्या

पक्षाचं दुमजली कार्यालय उभारण्यामागे रामकाकांची मेहनत आणि निष्ठा होती.

नाट्यक्षेत्रातील रामकाकांची कामगिरी लखलखीत आहे. राष्ट्रीय तमाशात भूमिका करणाऱ्या रामकाकांनी 'कलाकेंद्र' व 'कलासंगम' या नाट्यसंस्थांद्वारे तब्बल पंचवीस वर्षं वेगवेगळे नाट्यप्रयोग सादर केले. राज्य नाट्यस्पर्धेत अंबाजोगाईचं नाव ठळक करण्यामागे रामकाकांचं रंगभूमीवरील दर्जेदार सातत्य कारणीभूत होतं. अशी बहुआयामी कारकीर्द असल्यामुळे रामकाकांना सन्माननीय पदं मिळत गेली. पण त्यामुळे त्यांच्या लुनाचा वेग वाढला नाही आणि कमीही झाला नाही. त्यांच्या झब्बा-पायजम्याचा साम्यवादी लाल रंग बदलून पुढारीछाप पांढरा झाला नाही. (फक्त कधी एखाद्या संगीत मैफलीत फरची टोपी मात्र रामकाका घालायचे.) पु. ल. देशपांडेंच्या जागेवर संगीत नाटक अकादेमीचं सदस्यत्व रामकाकांना मिळालं. अकादेमीच्या बैठकीत एका सदस्याने, 'भास्कर चंदावरकर कोण?' असा प्रश्न केला. संगीतकार भास्कर चंदावरकर माहीत नसणं ही गोष्ट रामकाका सहन नाही करू शकले. त्या बैठकीतच त्यांनी अंबाजोगाई स्टाइलने त्या घोर अज्ञानी सदस्याचा समाचार घेतला. त्याला 'हाबाडा' दाखवला. बाकी संगीत संमेलनाचं अध्यक्षपद, प्रयोग परिनिरीक्षण मंडळाचं सदस्यत्व अशा अनेक ठिकाणी त्यांनी काम केलं, पण त्यांच्यातील कार्यकर्ता कधी हरवला नाही.

रामकाकांमधला कवी त्यांच्या खास कवितावाचनाने सर्वांच्या लक्षात राहिला. त्यांचा 'बेहोश चालताना' हा कवितासंग्रह तसा उशिराच आला.

माझ्याच प्राक्तनाला वैशाखऊन आले
जेथे विसावलो मी तेथे तुफान झाले

ही गजल रामकाका त्यांच्या खर्जातल्या आवाजात हमखास पेश करायचे. १९८६-८७ च्या काळात कॉलजात असताना गजलसारखं काहीतरी लिहायचा मी प्रयत्न केला होता. तो रामकाकांच्या गजल ऐकण्याचा माझ्यावरचा परिणाम होता, हे नंतर लक्षात आलं. रामकाकांच्या कवितेतला विद्रोह सोबत एक स्वप्नगाणं घेऊन अवतरतो. नव्याने लिहिणाऱ्याकडे रामकाकांचं विशेष लक्ष असे. आम्हा पोरांना ते आवर्जून कविता वाचायला सांगायचे. प्रोत्साहन द्यायचे. आमच्या नाट्यप्रयोगांना आवर्जून उपस्थित राहून शाब्बासकी द्यायचे. त्यामुळेही रामकाकांशी एक अतूट स्नेह जुळला होता. त्यांची दाद देण्याची पद्धत अनोखी होती. प्रसंगी काही गायकांना त्यांनी सुनावलंही आहे.

पुढील शिक्षणासाठी मी औरंगाबादच्या विद्यापीठात गेलो. तिथे काही कार्यक्रमाच्या निमित्ताने रामकाका यायचे. मी त्यांना मुद्दाम भेटायचो. मग ते स्वत:सोबत रिक्षातून मला फिरवायचे. कवी श्री. दि. इनामदार, शायर बशर नवाज, डॉ. यू.म. पठाण, गायक राजा काळे, गायक नाथराव नेरळकर गुरुजी अशांच्या घरी फेरी व्हायची. अंबाजोगाईला गेलो की रामकाकांना भेटल्याशिवाय येत नसे. पण गेल्या काही वर्षांत रामकाकांनी अंथरूण धरलं होतं. पहिल्यासारखं त्यांचं बोलणं नव्हतं. त्यांचा आवाज, त्यांचं बोलणं ही तर त्यांची ओळख होती. पण आता त्यांनी भरभरून बोलणं सोडलं होतं. खुंटीला टांगून ठेवलेल्या वाद्यासारखी अवस्था होती. खुणेने चौकशी करायचे. नजरेतलं शून्य जाणवायचं.

शेवटी रामकाका गेले (८ डिसेंबर २००७) म्हणून संध्याकाळी मित्राचा फोन आला. अंत्यविधीला पोहचू शकणार नव्हतो म्हणून दुसऱ्या दिवशी भेटायला गेलो. तेव्हा बोलताना रामकाकांच्या मुलाने, अश्विनकुमारने (जो रंगकर्मी मित्र आहे.) काकांबद्दल काही गोष्टी सांगितल्या. त्यात या शेवटच्या दिवसांत पडल्या पडल्या रामकाका अमिताभचे सिनेमे फार पाहायचे अशी माहिती कळली. निरिच्छ झालेल्या रामकाकांना शेवटी अमिताभचे सिनेमे आवडावेत, या घटनेपाशी मी थबकलो. या घटनेसारखीच रामकाकांबद्दल एक गोष्ट माझ्या लक्षात राहिलेली होती. ती म्हणजे रामकाकांना असलेला पुरणाबद्दलचा राग. घरात जर पुरणाच्या पोळ्या केल्या तर रामकाकांना आवडायचं नाही. पुरणाला ते 'लिदाऽऽऽड' (घोड्याची विष्ठा) म्हणायचे. पुरणाबद्दलचा राग व या वास्तववादी माणसाला अमिताभचे रोमँटिक सिनेमे आवडणं यामध्ये एक आंतरिक सूत्र आहे. पुरण हा पदार्थ म्हणून न आवडणं यापेक्षाही पुरणाच्या मागे जो कुलाचार–कुलधर्माचा कर्मकांडी संदर्भ आहे, तो महत्त्वाचा वाटतो. उपासना पद्धती म्हणून आजही दासोपंतप्रणीत दत्त संप्रदायातील काही लोकांचा जोर कुलाचार–कुलधर्माच्या पुरणावरच आहे. या कर्मकांडाचं प्रतीक बनलेल्या पुरणावर रामकाकांचा राग असणं त्यामुळे स्वाभाविक ठरतं.

कशासाठीच उत्सुक नसलेले रामकाका अंथरुणावर पडून अमिताभचे सिनेमे पाहत राहतात, ही घटनाही तपासली पाहिजे. अमिताभ बच्चन हा अन्याय अत्याचाराविरुद्ध लढणारा 'अँग्री यंग मॅन' होता. हे पडद्यावरचं स्वप्नरंजन असलं तरी दीड–दोन दशकं अमिताभ नावाच्या नायकाने हिंदी पडदा व्यापलेला होता. अमिताभ खलपुरुषाविरुद्ध पडद्यावर पेटून उठायचा तेव्हा थेटरात टाळ्या–शिट्ट्या आपण ऐकल्या आहेत. खुर्चीत बसलेलं सर्वसामान्य पब्लिक जागच्या जागी प्रफुल्लित व्हायचं. तसाच अंथरुणावर

पडल्या पडल्या अमिताभचा विद्रोह रामकाकांच्या मनाला प्रफुल्लित करत असेल का? रामकाकांच्या थकलेल्या शरीराला हा अन्यायाविरुद्ध टक्कर देणारा नायक मानसिक आनंद देत असेल का? कदाचित असंच घडत असावं. कारण शरीराने थकलेल्या रामकाकांचं मन कवी-कार्यकर्त्याचं होतं. ते मन गलितगात्र होणं कधीच शक्य नव्हतं. सामाजिक, राजकीय किंवा सांस्कृतिक क्षेत्रांतील त्यांच्या कार्याची कुणी नोंद घ्यावी अशी त्यांची इच्छा नव्हती आणि हेतूही नव्हता. त्यामुळे तक्रारही नव्हती. जगण्याच्या धडपडीत बधिर होणं आणि मनस्वी जगताना बेहोश होणं, यातला फरक ज्यांना कळलाय त्यांना रामकाका सहज कळू शकतात. ■■

रस्ता रोको

सकाळीच एकेकजण घराबाहेर पडायला सुरुवात होते. सगळ्यात शेवटी नंबर माझा. दरम्यान पेपरवाला, कचरेवाला, दूधवाला, कामवाल्या मावशी येतात नि जातातही. म्हणजे आपण करायचं काही नसतं; फक्त लक्ष ठेवायचं असतं. अर्थातच तेच अवघड आहे. समजा, दूध तापवायला गॅसवर ठेवलं, तर आपण गॅसजवळ उभे असेपर्यंत ते तापणारच नाही. नेमकं काही कामासाठी म्हणून आपण गॅसजवळून क्षणभर हलतो, तीच वेळ दूध तापून उतू जाण्याची असते. उत्साह, आनंद ओसंडून वाहणं ठीकाय; पण दिवसाची सुरुवात दूध उतू जाऊन होणं म्हणजे नमनालाच दिव्यातलं तेल सांडल्यासारखं वाटतं. या पार्श्वभूमीवर मधेच मोबाइल वाजतो, तेव्हा वाचायला घेतलेल्या पेपरची पानं फडफडत असतात. यातून वाट काढत म्हणजे आवराआवरी करत कसाबसा तयार होतो. विद्यापीठ गाठायचं असतं. आजही त्याच लगबगीने निघालो होतो. दरवाजा लॉक करताना खांद्याला बॅगेचं वजन जाणवलं. बॅगमधला फापटपसारा कमी करण्याचा मनोमन निश्चय केला. अर्थात याआधीही कैक वेळा हा निश्चय केलेला होताच.

घाईतच गाडी काढली. गाडीत नुसरत फतेहअली खान जीव तोडून गात होते. पहिला अडथळा उड्डाणपुलाचा. कित्येक वर्षांपासून टीव्हीवर सासू-सुनेची मालिका आणि शहरात उड्डाणपुलाचं काम सुरूच आहे. या उड्डाणपुलांच्या बांधकामामुळे सगळा गावच दुरुस्तीला काढलाय असं वाटतं.

हा अडथळा ओलांडून निघालो तर पुढे रस्त्यात एक मिरवणूक. डडांग... डंग डडांग... डंग डडांग... या मधेच वाजतगाजत निघालेल्या मिरवणुकांचं बऱ्याचदा कारणही कळत नाही. असल्या मिरवणुकांची सवय झालेली असली तरी घाईच्या वेळी रस्ता अडवण्याचा त्रासच होतो. एवढ्या मिरवणुका सहन करणारा आपल्यासारखा दुसरा देश नसेल. खड्डे, पाइपलाइनसाठी खोदलेला रस्ता यांचा

अडथळा तर अंगवळणीच पडलाय. हे सगळं मागे टाकत एकदाचा विद्यापीठ गेटमधून आत घुसलो. हायसं वाटलं. गेटपासून डिपार्टमेंट लांब असलं तरी आता अंतर्गत रस्ता होता. विशेष म्हणजे एवढ्यातच सिमेंटीकरण झालेला प्रशस्त रस्ता. मिरवणुकीतल्या रथासारखी संथ चालणारी गाडी आता मोकळ्या रस्त्यावर अंग मोकळं करून चालू लागली. पण... चेंडू टाकण्यासाठी पळत सुटलेल्या गोलंदाजाला अंपायरचा मज्जाव करणारा आडवा हात दिसावा तसं झालं. नेमकी ऐन रस्त्यात एक कार उभी. आणि त्या कारच्या पुढे अनेक गाड्या उभ्या असलेल्या दिसत होत्या. आता मात्र वाट लागलेली होती. समोर लांबवर दिसणारी गाड्यांची रांग पाहत बसण्याशिवाय पर्याय नव्हता. सकाळची वेळ. सगळ्यांना पोचायची गडबड आणि हा मधेच अडथळा आलेला. महानगराएवढी वाहनांच्या रांगांची अजून तरी आम्हाला नित्याची सवय नाही. कदाचित पुढे एखादा अपघात झाला असावा. पण या अंतर्गत रस्त्यावर अपघाताची शक्यता फार कमी. तरीही अपघाताचं काही सांगता येत नाही. मागे या गावात चक्क विमान आणि मालट्रकचा अपघात झाला होता. अपघातातून बचावलेल्या ट्रकचालकाने रात्री उत्तर प्रदेशात आपल्या मालकाला फोन करून बातमी सांगितली तर फोनवर मालक म्हणाला होता, 'बेवडे, फोन रख. सुबह होश में आने के बाद फोन करना.' म्हणजे 'हवाई जहाज और अपनी गड्डी का ॲक्सिडेंट हुआ है –' ही बातमी ट्रकमालकाला काय कुणालाच खरी वाटणार नाही. पण तसं झालं मात्र होतं. विमानतळाच्या कंपाउंडला खेटून रस्ता. विमानाने उड्डाणं केलं त्या वेळी या रस्त्यावरून कापूस उंच रचलेला ट्रक चाललेला होता. विमानाची चाकं नेमकी कापसाला निसटती लागली. विमान कोलमडलं. पुढच्या शेतात जाऊन कोसळलं. अनेक लोक जिवानिशी गेले. तेव्हा कुठे तो विमानतळाला खेटून जाणारा रस्ता बंद झाला. सांगायचा मुद्दा अपघात तर्काच्या बाहेर असतात. तसं आजही कुणीतरी पुढे रस्त्यात धडकलं असावं. त्यामुळे वाहतूक जाम होऊन बसली असेल. आम्ही आपले गाडीत अडकून पडलेलो.

रिकाम्या डोक्यात अनेक विचार येत होते. कदाचित पुढे रस्त्यात एखादं जुनं झाड पडलं असावं. आत्ता मागच्या उन्हाळ्यात वादळी वाऱ्याबरोबर अवकाळी पाऊस पडला तेव्हा जुनं बाभळीचं झाड ऐन रस्त्यात कोसळलं होतं. रस्ता असाच बंद झाला होता. तेवढं मोठं झाड सहजासहजी हलवणं शक्य नव्हतं. काही वेळाने तिथल्या लोकांनी फांद्या तोडून तात्पुरता रस्ता करून दिला होता. तसं

आता नेमकं काय घडलंय, हे कळायला काही मार्ग नव्हता. अशा अचानक उद्‌भवलेल्या अडथळ्यासाठी शहरातली यंत्रणा लवकर दाद देत नाही. महामार्गावर तर आनंदी आनंदी.

एकदा नांदेड-परभणी मार्गावर रात्री दहा वाजता अशीच वाहतूक ठप्प झाली. रस्त्यावर गाड्यांची भलीमोठी रांग लागली. प्रत्येकजण एकमेकाला विचारतोय, 'पुढे काय झालंय?' पण नेमकं कारण काही कळेना. काहीजण गाडीत गाणी लावून निवांत बसले होते. पुढे कुठपर्यंत रांग आहे हे माहीत नव्हतं. मागची रांग मात्र वाढतच होती. अंधाऱ्या रस्त्यावर गाड्या ठप्प; पण वेळ मात्र पुढे पळतच होता. शेवटी आम्ही पाच-सहाजण अंदाज घेण्यासाठी पुढे चालू लागलो. समोर रस्त्याच्या कडेला छोटीशी गाववस्ती होती. गाव गाढ झोपलेलं. मिणमिणते दिवे. रस्त्यालगतच्या चहा टपरीवर गप्पागोष्टी करत बसलेली चार-पाच तरणी पोरं होती. पुढे रस्त्यात झाड पडल्याचं त्यांनीच आम्हाला सांगितलं. नेमका या भागात अवकाळी पाऊस पडला होता. या आडरानात सरकारी यंत्रणा हलेपर्यंत सूर्य उगवला असता. म्हणून या पोरांनाच आम्ही विनंती केली. काही इनाम देण्याचंही कबूल केलं. पोरं खुशीने तयार झाली. तासभर लोक अडकून पडले होते. पोरांनी कुऱ्हाडी, बॅटऱ्या सोबत घेतल्या. घटनास्थळी जाऊन पडलेल्या झाडाच्या फांद्या तोडल्या. अर्ध्या तासात कामापुरता रस्ता मोकळा करून दिला. आम्ही त्यांना इनाम म्हणून काही पैसे दिले. मग थांबलेल्या गाड्यांतून मागच्या दिशेला या पोरांनी फेरीच काढली. त्यांनीही खुशीने पैसे दिले. तुंबलेलं पाणी मोकळं व्हावं तशा हॉर्न वाजवत, लाइट चमकवत गाड्या सुसाट निघाल्या. पोरांच्या भविष्यात त्या दिवशी 'अचानक धनलाभ' आणि आमच्या भविष्यात 'संकटतून सुखरूप सुटका' लिहिलेलं असणार.

आज असं एखादं झाड रस्त्यावर पडलंय का, ते कळायला मार्ग नव्हता. सकाळची वेळ असल्यामुळे सगळेजण बाहेरून आत जाणारेच होते. समोरून कुणी येणं शक्यही नव्हतं. त्यामुळे पुढची नेमकी बातमी कळेना. शेवटी मी खाली उतरलो. समोरच्या गाडीजवळ जाऊन रेंगाळलो. खिडकी उघडी होती. अनोळखी गृहस्थ होते. मी सहज विचारलं, 'पुढे नेमकं काय झालंय?' ते गृहस्थ मोठ्या आत्मविश्वासाने उत्तरले, 'पुढे काहीतरी प्रॉब्लेम झालाय.' हे ढोबळ उत्तर ऐकून मी गप्प बसलो. पुढे काहीतरी प्रॉब्लेम झालाय म्हणून तर आम्ही अडकून पडलो

होतो. असं ढोबळ व निरर्थक आपणही बऱ्याचदा बोलत असतो. पण अशा अडचणीच्या वेळी त्या शब्दांचा ढोबळपणा अधिक प्रकर्षाने जाणवतो. आता माझ्या मागेही गाड्यांची रांग वाढली होती. मागे परतायचा मार्गही बंद झाला होता.

गाडीतून वसतिगृह दिसत होतं. खरंतर गर्द झाडी असलेला हा रस्ता. दुतर्फा उंच वाढलेली झाडं वर जाऊन एकमेकांत मिसळलेली. त्यामुळे एक हिरवा मांडव तयार झालेला. तेवढ्या पट्ट्यात नेहमी सावली अंथरलेली. एरवी इथून जातानाही आल्हाददायक वाटतं. आज तर इथे किती वेळचा मुक्काम पडलेला. पण वेळेत पोहचायच्या चिंतेमुळे सावलीही पोळू लागली. फोन लावून डिपार्टमेंटला चौकशी करावी तर जवळपास सगळेच पोहचण्यात होते व नेमके या अचानक उद्‌भवलेल्या ट्रॅफिक जाममध्ये अडकले होते. कार्यालयात पोहचलेल्यांना रस्त्यात काय घडलंय याची कल्पना नव्हती. पुढचा मार्ग बंद, मागे परतायला जागा नाही. एकूण गाडीत बसून राहण्याशिवाय पर्याय नव्हता. चित्रपटात, नाटकात एखाद्या दृश्यात नायक पेटून उठण्याचा निर्धार करतो आणि पार्श्वभूमीवर 'अरे पुन्हा आयुष्याच्या पेटवा मशाली' असं एखादं गाणं तरंगत येतं. इथे तसं काही एकदम गाडीत गाणं वगैरे लागलं नाही, पण कवी ग्रेसांचे शब्द आठवू लागले.

पंख नाही तुला
पाय नाही मला
पाऊस हा आला वळिवाचा...

इथे रस्त्यात झोडपणारा पाऊस नव्हता, तर रहदारी तुंबली होती. अशा वेळी सलमान खान नावाचा नट ओळखीचा असायला हवा होता. तो थम्सअप्‌ची एक तुफानी जाहिरात करतो. त्यात दुकानातला थम्सअप्‌चा स्टॉक संपलाय. माल आणणारा ट्रक ट्रॅफिक जाममध्ये फसलाय. सल्लूभाई हेलिकॉप्टर घेऊन जातात. मजबूत लोखंडी दोरखंडाने फसलेल्या रांगेतला नेमका थम्सअप्‌चा ट्रकच उचलून आणतात. एरवी अशा सुरस कल्पनांना आपण हसतो. पण ओढवलेल्या कठीण समयी अशा जाहिरातीही मनाला आश्वासक वाटतात.

दरम्यान, समोरच्या बाजूला घोषणांसारखे आवाज येत होते. तरीही नेमका अर्थबोध होत नव्हता. एव्हाना उशीर झालेलाच होता. मी मनाशी शांत राहायचं ठरवत होतो. सगळ्यांबरोबर आपण. जेव्हा केव्हा रस्ता मोकळा होईल तेव्हा जाऊया. इथे कुठे उकळत्या तेलात पडलोय ? आपण अडकून पडलो आहोत असा विचार करायचाच

नाही. म्हणून जाणीवपूर्वक मी खिडकीबाहेर पाहू लागलो. वसतिगृहाची इमारत दिसू लागली. काही वर्षांपूर्वी या वसतिगृहात मी राहत होतो. रूम नंबर ७ ! का कोण जाणे, या वसतिगृहातली संध्याकाळ मनावर कायमची कोरली गेलेय. तोटी सोडलेल्या हौदासारखं संध्याकाळी विद्यापीठ रिकामं व्हायचं. घराच्या ओढीने विद्यापीठ गेटच्या दिशेने गाड्या सुसाट निघायच्या. अंधार पडायच्या आत उरल्यासुरल्यांना घेऊन शेवटची सिटी बस निघून जायची. एखाद्या दुकानदाराने दुकान बंद करताना सर्व वस्तू झाकून ठेवाव्यात तसा अंधार विद्यापीठ कॅम्पसला झाकून टाकायचा. बुद्धलेणीपर्यंत जाणारे दिव्यांचे खांब मोहक दिसायचे. दिवसभराच्या वर्दळीने थकलेल्या इमारती शांत बसल्यासारख्या वाटायच्या. कॅम्पसमधील झाडं काळवंडून जायची. कुणीतरी गळा दाबल्यासारखा कॅम्पस शांत व्हायचा. आखडलेले रस्ते हात-पाय मोकळे करून निवांत व्हायचे. वसतिगृह पार रिकामं व्हायचं. पोरं शहर कुरतडायला बाहेर पडायची. तिन्हीसांजेला घरातल्या म्हाताऱ्या माणसाच्या सोबतीला बसून राहावं तसा मी वसतिगृहात थांबायचो. खोलीतली ट्यूब लावून आधी अंधाराला खोलीबाहेर लोटून द्यायचो. आपल्या डोळ्यासमोर संपूर्ण कॅम्पसला गिळणारा अंधार खोलीत नको वाटायचा. खिडकीत आलेली गुलमोहोराची फांदी ओळखीचं हलायची. अशा वेळी मकबऱ्याच्या दिशेला एक डफ वाजू लागायचा. दूरातून ऐकू येणारा हा डफ वाजवणारा कधीच दिसला नाही. पार टेकडीच्या पायथ्याशी जाऊन शोध घेतला होता. बहुधा कोणी फकीर असावा. या डफाच्या आवाजाशी खिडकीतल्या फांदीचं हलणं जोडून द्यायचो. डफाच्या तालावर फांदीच्या हलण्याचा खेळ कितीतरी वेळ चालायचा. फांदीला आणि मलाही हटकणारं कोणी नव्हतं. 'चल ऊठ, अंधार पडलाय. हात-पाय धुऊन घे...' अशा आदेशाने तंद्री मोडण्याची शक्यता नव्हती. तिन्हीसांजेला कुणात तरी आभाळ भरून यायचं आणि डफ वाजायचा. कधी कधी सोबत असायच्या गाण्याच्या अस्पष्ट लकेरी. आज भर उजेडी अंधाराने माखलेला तो डफ आणि गाण्याच्या लकेरी आठवायची गरज नव्हती. पण या वसतिगृहाशी त्या डफाचं जोडलं जाणं मला विलग करताच आलं नाही.

अचानक मागे-पुढे गाड्या स्टार्ट झाल्याचे आवाज आणि हॉर्न वाजू लागले. याचा अर्थ पुढचा अडथळा दूर झाला होता. बांधून ठेवलेलं वासरू साखळी सोडल्याबरोबर चारी पायांवर उधळावं तशा गाड्या सुसाट सुटल्या. तासभर दम धरला, पण आता क्षणभरही वेळ नव्हता. रस्ता नेमका का बंद झाला होता, याचं उत्तर निघायच्या गडबडीत मिळालंच नाही. रस्ता रोकोचं खरं कारण नंतर विभागात शिपायाकडून

कळलं. वसतिगृहातील खानावळवाल्यांनी पोरांना शिळं वरण दिलं होतं. त्यामुळे विद्यार्थी चिडले होते. शिळ्या वरणाच्या भांड्यासह येऊन रस्त्यावर बसले होते. रस्ता अडवला होता. प्रशासनाकडून दखल घेतल्याशिवाय विद्यार्थी रस्त्यातून उठलेच नाहीत. विद्यार्थ्यांनी तासभर वाहता रस्ता अडवला यापेक्षाही त्यांना शिळ्या गोष्टींचा वास येऊ लागलाय, हे जास्त खतरनाक आहे. कारण उद्या या विद्यार्थ्यांना शिळ्या संशोधनाचा, शिळ्या अभ्यासक्रमाचा, शिळ्या नोट्सचा, शिळ्या गुणवत्तेचा, शिळ्या निवड समितीचा आणि शिक्षणक्षेत्रातील शिळ्या राजकारणाचाही वास येऊ शकतो. त्या वेळी हे विद्यार्थी कोणकोणता मार्ग अडवतील ते सांगता येणार नाही.

■■

न पाठवलेलं पत्र

प्रिय
बाबा ऊर्फ तें ऊर्फ विजय तेंडुलकर
स.न.

तुम्हाला पत्र लिहिण्याचं कारण म्हणजे परवा जुन्या पसाऱ्यात माझी शालेय टीसीची प्रत शोधत होतो. ती बापडी सापडली नाही. पण अनेक वेगळ्याच गोष्टी सापडल्या. त्यात तुमची काही जुनी पत्रं सापडली. तशी तुमची प्रत्यक्ष भेट तीन-चार वेळाच झालेली. पत्रव्यवहार मात्र आधीपासून होता. सापडलेल्या पत्रात बहुतांश पोस्टकार्डच आहेत. पिवळ्याधम्मक पोस्ट कार्डवर काळ्या मुंग्या चालाव्यात तसं तुमचं भेदक अक्षर. त्याला आता वीसेक वर्षं झाली असतील. महाविद्यालयात पाऊल ठेवलं आणि जोमाने वाचायला, लिहायला लागलो. तेव्हा काही वाचून अनेकांना पत्र लिहायचो. मान्यवरांची उत्तरं यायची. त्याचं खूप अप्रूप होतं. आजही ती जुनी आलेली पत्रं पाहिली की पुन्हा एकदा पत्र लिहावंसं वाटतं. म्हणून तुम्हाला पत्र लिहायला बसलो. हे माझं पत्र तुम्ही वाचणार नाही याची जाणीव असूनही लिहितोय. आजकाल कोणी पत्र लिहीत नाही. चलनातून पाच-दहा पैसे गायब झाल्यासारखं पोस्टकार्ड पण गायब होण्याची वेळ आलेय.

बाबा, इकडे सर्व क्षेम नाहीय. म्हणजे आमच्याकडे पाण्याचा प्रश्न भयंकर आहे. पाणी टंचाईत पाण्याच्या टँकरवरही पैसे कमावणारे समाजसेवक निर्माण झालेत. पुरोगामी ब्रीदवाक्य मिरवणाऱ्या शिक्षणसंस्थांची संस्थानं झाली आहेत. गावोगाव, चौकाचौकांत नेत्यांची होर्डिंग्ज पाय रोवून उभी आहेत. होर्डिंग अनधिकृत म्हणताना होर्डिंगवरचा टिनपाट 'भाऊ', 'तात्या','नाना' अधिकृत होऊन गेला. खरा शेतकरी भिकेला लागलाय. शेतकऱ्याची आत्महत्या देवीच्या रोगाप्रमाणे समूळ हद्दपार झालेली नाही. खेड्यात शेतीच्या कामाला मजूर मिळेना. गांधी

म्हणाले होते, खेड्याकडे चला. लोक शहराकडे निघालेत. टोलेजंग उड्डाणपुलाखाली भिकाऱ्यांची वळवळही वाढलेय. बँका कर्ज देतायत. रस्त्यावर गाड्या धावतायत. बार भरून जातात. बाळसं की सूज कळेना. चकचकीत रस्त्यावर टोलनाक्याचा सावकार उभा आहे. शहरातल्या रस्त्यावरचे खड्डे खोल जातायत. तरुण नेतृत्व अंगावर किलो किलो सोनं वागवत अव्याहत समाजकार्य करतंय. जातिधर्माच्या नावाने लोक गोळा होतायत. सत्ताधारी मशगूल आहेत योजना फस्त करण्यात आणि विरोधक त्यांना बेमालूम मिळालेत. एकूण मिलीभगत आहे.

पण हे सर्व मी तुम्हाला का लिहितोय? काही दिवसांपूर्वी दिल्लीत एका तरुणाने गांधीजींची समाधी फोडण्याचा प्रयत्न केला. समाधीच्या कोपऱ्याचा संगमरवर तुटलाही. त्या तरुणाला ताब्यात घेऊन चौकशी केल्यावर कळले की, त्या तरुणाला उच्चशिक्षित असूनही नोकरी मिळत नव्हती. बेरोजगारीला वैतागुन, चिडून त्याने गांधीजींची समाधी फोडली. खरंतर गांधीजींची समाधी फोडून त्याला नोकरी मिळणार नव्हती. तद्वत तुम्हाला पत्र लिहून हे प्रश्न सुटणार नाहीत. हे मला माहीत आहे. पण लिहून हलकं वाटतंय. पत्र लिहिण्याला अजून एक कारण म्हणजे तुमची शेवटची पाठमोरी भेट. निधनापूर्वी काही दिवस तुम्ही पुण्याच्या प्रयाग हॉस्पिटलमध्ये झोपून होता. आम्ही दोघे-तिघे मित्र तुम्हाला भेटायला म्हणून प्रयाग हॉस्पिटलला आलो होतो. दुसऱ्या मजल्यावर तुमच्या खोलीपर्यंत आलो. बेडवर तुम्ही पाठमोरे झोपलेले आम्ही लांबून पाहिलंही. पण तुमची देखभाल करणाऱ्या नर्सने भेटण्यासाठी विनंतिपूर्वक मज्जाव केला होता. तुम्ही त्या वेळी भेटण्या-बोलण्याच्या स्थितीत नव्हतात. आम्ही न भेटताच परत फिरलो.

बाबा, त्या दिवशी तुम्हाला पाठमोरं झोपलेलं पाहून कसंतरीच वाटलं. लाँग शॉटमध्ये दिसणारी तुमची पाठमोरी आकृती मी पटकथेतून 'डिलिट' करण्याचा सारखा प्रयत्न करतोय. कारण लेखक म्हणून तुम्ही समाजाला सन्मुख राहिलात. नाटककार म्हणून तुम्ही किती काटेरी वाटेने चालतात. हार कमी, प्रहार जास्त स्वीकारलेत. वयोमानानुसार तुमचं विश्रांती घेणं ठीक होतं पण आम्ही नवी पोरं वयाला साजेसं प्रश्नांना तोंड देत नाही. जोखीम पत्करून काही लिहीत नाही. तुमच्यासारख्यांचा भार हलका करत नाही. म्हणजे आम्हाला काही महत्त्वाचं लिहावंसं वाटतच नाही असं नव्हे. प्रयत्नही करतो आम्ही. पण तुमच्यासारखी काळाला टक्कर देण्याची ताकद आमच्यात येत नाही. आमच्या पाठीचे मणके लोकप्रिय

ठेक्यावर ताल धरतात. तुम्हाला जेलमध्ये गेलेल्या शंकराचार्यावर, प्रवीण महाजन प्रकरणावर नाटक लिहायचं होतं. अशा वेळी आम्ही मात्र नाटक हाउसफुल्ल करण्याच्या नादात 'लाफ्टर शो' सादर करत आहोत. याचा अर्थ सगळेच प्रश्न संपले आहेत असा नाही. नवे प्रश्न दगडावर शेवाळं साचावं तसे जगण्यावर जमू लागलेत. राजरोस वीस- पंचवीस लाख दक्षिणा घेऊनच प्राध्यापकाची भरती केली जाते. गुणवत्तेला किंमत नसते. विद्यापीठं राजकीय नेत्यांनी वाटून घेतलीत. पण या संदर्भातील 'पाहिजे जातीचे' या तुमच्या नाटकाशिवाय दुसरं प्रभावी नाटक आठवेना. शिक्षणक्षेत्राचा झालेला बाजार कोणी सांगत नाही. हा नाटकाचा विषय नाही का ? का नव्या लेखकांना असे विषय हाताळण्यात धोका वाटतो ? पण तुम्ही धोके पत्करूनच कितीतरी प्रश्न नाटकांतून मांडलेत. प्रसंगी त्याचा त्रासही सोसलात. 'घाशीराम', 'सखाराम बाइंडर', 'गिधाडे', 'कन्यादान' अशा नाटकांमुळे उठलेल्या वादळात तुम्ही कणखरपणे उभे राहिलात. लेखकाची ही खरी ताकद असते.

बाबा, लेखक म्हणून तुमची पारदर्शी भूमिका 'अशी पाखरे येती' समजून घेताना वेगळ्या पद्धतीने जाणवली. आम्हा आठ-दहा नव्या लेखकांना घेऊन २००७ साली तुम्ही एक कार्यशाळा घेतली होती. चार दिवस तुम्ही आमच्यासोबत होतात. आम्हाला अधिक बोलतं करून काय काय समजून घेत होता. एका सत्रात डॉ. जब्बार पटेलांनी तुमच्या लेखनाबद्दल अप्रतिम बारकावा सांगितला होता. 'अशी पाखरे येती' हे तुमचं गाजलेलं नाटक. या नाटकात राष्ट्रीय स्वयंसेवक संघाच्या विचाराचे 'बंडा' हे एक पात्र आहे. वागायला अत्यंत कर्मठ, शिस्तबद्ध. या कर्मठपणातून विनोदनिर्मिती होते. पुढे या नाटकावर डॉ. जब्बार पटेलांनी हिंदी सिनेमा केला. या सिनेमाची पटकथा अर्थात तुम्हीच लिहिलीत. (हा सिनेमा अजूनही डब्यात पडून आहे.) या सिनेमातील कथानकासाठी तुम्ही केरळची पार्श्वभूमी निवडलीत. गंमत म्हणजे या सिनेमातही 'बंडा' जशास तसा आहे. म्हणजे कर्मठ, शिस्तबद्ध वगैरे. पण या सिनेमाच्या निमित्ताने तुम्ही बंडामध्ये एक बदल केलात. तो म्हणजे इथे बंडाला चक्क कॉम्रेड केलं आहे. पण नाटकातल्या संघाच्या बंडाचे संवाद कॉम्रेड बंडासाठी कायम ठेवले आहेत. म्हणजे संघीय बंडांचे संवाद कॉम्रेड बंडा फक्त हिंदीतून बोलतो. दोन्ही बंडांचा परिणाम सारखाच होतो. म्हणजे तुमचं भांडण कर्मठपणाशी आहे. मग तो कर्मठपणा कुणातही असो. तुमची ही तटस्थता

ग्रेट आहे. अशी काही तारीफ ऐकून लागलीच खूश होणारे तुम्ही लेखक नव्हता. उलट यावर मलाच दहा प्रश्न विचारले असते.

बाबा, मागे एकदा औरंगाबादच्या एका प्रकट मुलाखतीत 'मला आता स्मृतिभ्रंश झाला तर बरं होईल' असं बोलला होता. तुमच्यातल्या संवेदनशीलतेने तुम्हाला निराश केलं होतं. तरीही नव्या लिहिण्याबद्दल तुम्हाला आशा होती. आत्मीयता होती. नवं, वेगळं लिहिणाऱ्यांना जवळ करण्यामागे तुमचा उद्देश 'पंटर' तयार करणं असा नव्हता. ती एक नव्या लेखनाबद्दलची उत्सुकता होती. त्यामुळे माझ्यासारखे लिहिणारे कितीतरीजण तुमच्याशी जोडले गेले. तुमच्या लेखनाबरोबरच व्यक्तिमत्त्वाचाही एक संस्कार होता. तुमच्याशी गप्पा मारताना तुम्ही इतर लेखकांबद्दल एकदाही अपशब्द काढलेला मी ऐकला नाही. याउलट काही 'थोर' लेखक दुसऱ्याला शिव्या देण्यातच स्वत:चं जगणं खराब करून घेताना मी पाहिले आहेत. लेखक म्हणून स्वत:वर नाराज असणारी मंडळी कमालीची बेचैन असतात. तुम्हीही अस्वस्थ होता. पण त्याची कारणं वैयक्तिक असण्यापेक्षा भोवतालच्या जगण्यात होती. याचा अर्थ तुम्ही सगळ्याबद्दल गोड गोड बोलत होता असा नाही. खरंतर वैचारिक विरोध व्यक्त करण्याकरिता तुम्ही प्रसिद्ध होता. वाङ्मयीन राजकारण, साहित्यसंमेलन, पुरस्काराच्या व्यूहरचना, साहित्य परिषदा अशा गोष्टीत तुम्ही कधी रमला नाहीत. त्यामुळे कोणाचाही मुलाहिजा न ठेवता तुम्ही बोलू शकत होता.

बाबा, प्रिया व राजू अकाली गेल्यानंतर मी तुम्हाला भेटायला पार्ल्याला घरी आलो होतो. खरंतर मी काय तुमचं सांत्वन करणार होतो? पण मला वाटलं, मी आलो. दिवसभर गप्पा मारल्या होत्या. त्या गप्पात प्रिया-राजूच्या संदर्भाने एकही वाक्य उच्चारलं गेलं नव्हतं. फक्त मी जेव्हा तुम्हाला विचारलं, "बाबा, तुम्ही आता लेखन थेट कॉम्प्युटरवरच टाइप करता का? हाताने लिहीत नाही?" तुम्ही म्हणाला होता, 'हो. पोरांच्या वस्तू आता मीच वापरतोय.' बस! एवढाच सूचक संदर्भ होता. बाकी कविता, मराठवाड्यातील घडामोडी अशा खूप गप्पा रंगल्या होत्या.

मागे मी काही बालकविता लिहिल्या होत्या. तुम्हाला त्या आवडल्या. चक्क मुलांसमोर तुम्ही त्या कवितांचं जाहीर वाचन केलंत. ते ऐकण्याचा मला काही योग आला नाही. या बालकवितांचं पुस्तक निघावं व पुस्तक कसं असावं याबद्दल सविस्तर सूचना तुम्ही केल्या होत्या. पॉप्युलर प्रकाशनाने तुमच्या सूचनाबरहुकूम तो संग्रह काढलाय. तुमच्या पत्राच्या पाठराखणीसह.

बाबा, लहानपणी घरात साप निघाला तर आम्ही पळत जाऊन वेशीजवळच्या सुंदऱ्याला बोलवायचो. तो कसलाही साप सहज पकडायचा. गंर्भार बाईला कळा सुरू झाल्या की, आम्ही गोसाव्याच्या गंगाबाईला तातडीने हजर करायचो. भोवताली असंख्य प्रश्न फेर धरून नाचत असताना आज मला तुम्हालाच पत्र लिहावंसं वाटतंय. (बेरोजगार तरुणाला चिडून गांधीजींचीच समाधी फोडावीशी वाटते तसं!) तुमच्याप्रमाणेच पुनर्जन्मावर किंवा स्वर्गावर माझाही विश्वास नाही. तरी असंख्य प्रश्नांनी फुत्कारणारा अजस्त्र सर्प कसा हाताळायचा ते बाबा, तुमच्या लेखनातूनच कळू शकतं. माणसाची रोगट मनोवृत्ती लेखणीने कशी तपासायची ते तुम्ही दाखवून दिलंत. सुखरूपपणे माणुसकी जन्माला घालण्यासाठी शब्दाला किती वेदना होतात ते तुमच्यामुळे कळलं. जिवंत होतात तेव्हा इथल्या प्रश्नांनी तुम्हाला स्वस्थ बसू दिलं नाही. तुम्हाला लिहितं ठेवलं. विश्रांती घेऊ दिली नाही. तुम्ही जीवाच्या आकांताने मांडत होता. आम्ही नुस्ते पाहत होतो. तुम्हाला काम करताना पाहून निष्क्रिय पोराने थकलेल्या बापाला रोजी-रोटीसाठी कामावर पाठवल्यासारखं वाटत होतं. आमचाही नाइलाज होता. कारण पिझ्झा-बर्गर खाऊन फुगलेले शब्द भेदक होत नाहीत. शाई ऐवजी पेप्सीकोला भरलेल्या आमच्या पेनांचे पाय कागदावरून घसरतात. आम्हा निष्क्रिय पोरांकडे बघून मनात तुम्हाला एखाद्या अनाम शायराचा शेर आठवला असेल-

मुझे थकने नही देता
ये जरूरतों का पहाड
मेरे बच्चे, मुझे
बूढा नही होने देते

मान्य! आहोत आम्ही 'श्रीमंत' बापाची आळशी मुलं. कर्तृत्ववान बापाच्या बाबतीत होतं बऱ्याचदा असं. तुमची श्रीमंतीची परंपरा पुढे नेण्याचा नक्कीच काहीजण प्रयत्न करतायत. तूर्त आभाळातल्या ढगांना दूत नेमून निरोप पाठवणाऱ्या मेघदूती परंपरांचा मी पाईक आहे. पोहचणार नाही, वाचलं जाणार नाही हे माहीत असतानाही पत्र लिहायला एक भावना (हिंमत) लागते. अंगणातल्या तुळशीजवळून आभाळाकडे फूल फेकून सूर्याला फूल वाहिल्याचं समाधान आजी मिळवत होती. न पोचणारं पत्र लिहिण्याची ही हिंमत मला सूर्याला फूल वाहणाऱ्या आजीकडून मिळाली असावी. काहीही असो. मी पत्र लिहून मोकळा झालोय. आताही कधी

कपाटातली नाटकाची पुस्तकं बाहेर काढतो तेव्हा तुमची पात्रं गोळा होतात. ख्याली खुशाली कळते.

बाकी माझं बरं चाललंय. लिहिताना खूप भरकटलोय. आताशा भरकटायलाही जागा उरल्या नाहीत. खूप लिहिण्यासारखं आहे. मोह आवरतो. पुन्हा केव्हा लिहीन. थांबू ?

■■

लांब नाकवाल्याची गोष्ट

खिडकी उघडली. बाहेर टपून बसलेला थंडगार वारा अधाशासारखा आत घुसला. रात्रभरच्या प्रवासाने आंबलेलं अंग ताजंतवानं झालं. चढउताराचा वळणदार रस्ता होता. ड्रायव्हरमामांनी टेप बंद केला. मंद दिवा तेवत राहावा तशी त्यांच्याच आवडीची हिंदी गाणी रात्रभर सुरू होती. मी आपला ड्रायव्हरशेजारच्या सीटवर कधी टक्क जागा तर कधी पेंगत बसलेलो होतो. गाव जवळ येताना विशिष्ट खाणाखुणा दिसायला सुरुवात होते तसं पहाट होताना वातावरणात ओळखीचे बदल जाणवायला लागतात. थंड हवेत पहाटेचा एक वास पसरतो. फार कमी वेळा ही पहाटेची थंड हवा आपण अंगावर घेतो. बहुतांश वेळी या रामप्रहरी आपण साखरझोपेत असतो. म्हणूनही या वेळेचं अप्रूप वाटतं. पाखरं मात्र या थंड हवेच्या अलार्मला दाद देऊन किलबिलायला लागतात. हा पक्ष्यांचा आवाज सुरू असताना अंधार वितळायला सुरुवात झालेली असते. एखाद्या खोडकर पोरानं लाल शाईची दौत सांडून द्यावी तसा लाल रंग आकाशात पसरू लागलाय... म्हणजे तांबडं फुटलंय. रंगमंचावर हळूहळू प्रकाश उजळताना पात्रं, वस्तू स्पष्ट व्हाव्यात तसा भोवताल उजळू लागलेला होता. एका उतारातून वर चढाला लागल्यावर समोर पिवळसर प्रकाश चमकला. चढ चढून सपाट रस्त्यावर आल्यावर समोर नवथर लालबुंद गोळा चमकत होता. आईच्या उदरातून नुकतंच जन्माला आलेलं बाळ जणू बंद मुठींचे हात हलवतंय. उगवलेल्या सूर्याचं हे मोहक रूप मी मनात साठवत होतो. ड्रायव्हरमामांनी तर चक्क कृतीच केली. म्हणजे स्टेअरिंगवरचे हात क्षणभर जोडून सूर्याला नमस्कार केला. त्यांनी मलाही रामराम घातला. मीही रामराम करून प्रतिसाद दिला. चांगलं उजाडलं होतं. रांगत घरभर हुंदडणाऱ्या लेकरासारखा प्रकाश आता धीट झालेला होता. अजून आमचा ठेपा यायला तीनेक तास बाकी होते. काहीच करता येत नसेल तेव्हा किमान आपण

विचार करू शकतो. अंगावर पडलेलं कोवळं ऊन खात बसल्या जागी मी सूर्याचा मोहक लालबुंद गोळा आठवत होतो.

उगवत्या सूर्याला नमस्कार करतात तसंच संध्याकाळी अंधारून येताना दिवा लावला जातो तेव्हाही मनोभावे नमस्कार करण्याची प्रथा आहे. आता तेलाचे दिवे, कंदील राहिले नाहीत. तरीही संध्याकाळी विजेचा दिवा लावला जातो तेव्हा काही ठिकाणी आजही नमस्कार केला जातो. थोडक्यात काय, तर प्रकाशाला नमन करण्याची ही प्रथा आहे. सूर्याला नमस्कार करण्याची ही प्रथा कधीपासून सुरू झाली असेल ? का सुरू झाली असेल ? अशा प्रश्नांशी शब्दकोडी सोडवल्यासारखा खेळत बसलो. (अगदी आदिबंध वगैरे शोधण्याचा प्रयत्न नव्हता.) चालत्या गाडीत धुंडाळायला कुठलेही संदर्भ नव्हते. मग मीच संदर्भ जुळवायला लागलो.

एका दृश्याची कल्पना डोक्यात आली. म्हणजे असं काहीसं घडलं असावं. गुहेच्या तोंडाशी थोडा प्रकाश शिल्लक असताना संध्याकाळी दोन आदिमानव गुहेत बसलेले. पुरेशी भाषाच नाही; मग बाकी काय असणार ? शिकारीच्या मागे पळायचं... अणकुचीदार दगडांनी प्राणी मारायचा... ही शिकार मग गुहेत आणून सर्वांनी मिळून खायची. अग्नी अजून उपयोगात आलेला नव्हता. म्हणून कच्चं मांस खाऊनच पोट भरायचं. ऊन-पावसापासून संरक्षण म्हणून गुहेत बसून राहायचं. काही ध्वनी, खाणाखुणांच्या आधारे जुजबी संवादही होत असेल त्यांच्यात. बाकी बसून राहण्याशिवाय पर्याय नव्हता. त्या दिवशीही संध्याकाळाच्या वेळी दोघे एकमेकांसमोर दगडावर बसलेले होते. पाहता पाहता ते दोघे एकमेकांसाठी गायब झाले. पहिल्याला दुसरा दिसेना. दुसऱ्याला पहिला दिसेना... नेमकं काय झालं, त्यांना कळेना. झालं काहीच नव्हतं. रात्र झाल्यामुळे अंधार पडला होता. त्यामुळे दोघे समोरासमोर असूनही एकमेकांना दिसत नव्हते. रात्रभर ते बसून राहिले. तिथेच झोपलेही असतील. पाखरं किलबिलायला लागली. गुहेच्या तोंडाशी कोवळा प्रकाश आला. सोबतीला सूर्याचा लालबुंद गोळाही दिसू लागला. या गोळ्याच्या साक्षीने अचानक गायब झालेले ते दोघं एकमेकांना सापडले. अशा अचानक गायब झालेल्या अनेक गोष्टी या जादूई लाल गोळ्यामुळे सापडू लागल्या. दोन आदिमानवांनी आपल्या सापडण्याचा संबंध प्रकाशमान गोळ्याशी लावला. शिकार करणारे त्यांचे कर्तृत्ववान हात नकळत जोडले गेले. अशाच एखाद्या घटनेपासून सूर्याला नमस्कार करण्याची प्रथा सुरू झाली असावी.

गुहेत शिरलोच आहोत तर गुहेतली एक गोष्ट सांगण्याचा मोह होतोय. अश्मयुग. अजून अग्नी वापरात आलेला नाही असा काळ. वातावरण वेगळं काय असणार ? प्राण्यांची अणकुचीदार दगडांनी शिकार करायची. कच्चं मांस खाऊन दिवस ढकलायचा. नदीचं वाहतं पाणी होतं. राहण्यासाठी गुहा होतीच. आदिमानवांचा एक समूह गुण्यागोविंदाने राहत होता. शिकार करताना सगळे मिळून प्राण्याला सापळ्यात पकडायचे. सगळे मिळून कच्चं मांस खायचे. हे सगळं सुरू असताना एक लांब नाकाचा आदिमानव पुढाकार घ्यायचा. सगळ्यांना मदत करायचा. हा लांब नाकवाला सतत काहीतरी नवीन करत असे. एकदा झाडाची साल पांघरून झोपला. एकदा तर झाडाचीच साल अंगाला गुंडाळून फिरला. भाषेत सांगणं शक्य नव्हतं; पण बाकीच्यांना हे खटकलं होतं. या लांब नाकवाल्याचे नवनवीन प्रयोग सुरूच असायचे. शिकार करताना खवळलेल्या प्राण्याने एकाला शिंग मारलं. मोठी जखम झाली. भळाभळा रक्त वाहायला लागलं. शेवटी या जखमीला लांब नाकवाल्याकडे नेण्यात आलं. लांब नाकवाल्याने एका झाडाचा पाला दगडाने ठेचून चोथा केला. तो पानांचा चोथा जखमेत भरला. काही दिवसांत जखम बरी झाली. अशा नव्या गोष्टी करून पाहणं हाच लांब नाकवाल्याचा छंद झाला. तो एकटाच भटकत असे.

एकदा जंगलात वणवा लागला. प्रचंड ज्वाळांनी जंगल वेढलं गेलं. एका टेकडीवर बसून लांब नाकवाला हा विध्वंस पाहत होता. आता जंगल जळून खाक होणार, अशा वेळेला प्रचंड मोठा पाऊस सुरू झाला. वणवा विझू लागला. दुसऱ्या दिवशी जळलेल्या जंगलातून लांब नाकवाला फिरत होता. फिरताना त्याला एक हरणासारखा जळलेला प्राणी सापडला. भाजून काळपट झालेला प्राणी लांब नाकवाल्याने चाखून पाहिला. खरपूस भाजलेलं मांस प्रथमच तो चाखत होता. ते भाजलं गेलेलं मांस त्याला खूप आवडलं. त्याने तो जळलेला प्राणी पाठीवर टाकून गुहेत आणला. ही विचित्र शिकार बघून बाकी आदिमानव जमा झाले. कुतूहलाने शिकारीकडे पाहू लागले. कारण शिकार म्हणजे रक्तबंबाळ झालेला प्राणी असंच त्यांना माहीत होतं. हा तर जळून काळाठिक्कर झालेला प्राणी होता. रक्ताने माखलेली शिकार नाही म्हणजे काहीतरी अघटित घडलेलं होतं. कुजबुजणं शक्य नव्हतं. पण जमलेल्या आदिमानवांनी एकमेकांकडे आश्चर्याने पाहिलं. त्या नजरेत नापसंतीही होतीच. धर्म-पंथ नव्हते. त्यामुळे धर्माच्या विरुद्ध काही घडलेलं

नव्हतं. कुणाच्या भावना दुखावल्या नव्हत्या. तरीही शिकारीची तयार झालेली वहिवाट लांब नाकवाल्याने मोडलेली होती. मिळालेली शिकार सगळ्यांनी मिळून फस्त करायची असा रिवाज होता. त्यामुळे लांब नाकवाल्यानं वणव्यात भाजला गेलेला प्राणी सगळ्यांसमोर ठेवला. पण कुणी त्याला स्पर्शही केला नाही. उलट, सगळेजण पाय आपटत गुहेबाहेर निघून गेले. जाताना विचित्र आवाज काढत होते. लांब नाकवाल्याने खरपूस भाजलेलं मांस एकट्याने फस्त केलं.

या गोष्टीतील शेवट अचानक अनपेक्षित वळण घेतो. तिथं आपण थबकतो.

अश्मयुगात
आदिमानवाला एक
अणकुचीदार दगड सापडला
आणि
दुसऱ्या दिवशी एका गुहेत
जखमांनी सजलेल्या
रक्तबंबाळ माणसाचं एक प्रेत...
या दोन घटनांचा
एकमेकांशी संबंध नाकारण्याची प्रथा
बुरशीसारखी वाढत गेली,
परिणामी गुहेतला आदिम अंधार
फणा आपटत गावात शिरलाय,
लोक शोधतायत
अडगळीत ठेवलेल्या काठ्या-कुऱ्हाडी
आणि इकडे
कंदिलावरची काजळी वाढत चाललीय.

त्या दिवशी भाजलेलं मांस खायला नकार देऊन सगळे आदिमानव पाय आपटत निघून गेले. लांब नाकवाला भाजलेलं मांस खाऊन झोपी गेला. दुसऱ्या दिवशी सकाळी गुहेच्या दारातून कोवळा प्रकाश आत आला. त्या प्रकाशात लांब नाकवाला मरून पडलेला स्पष्ट दिसत होता. अणकुचीदार दगडाने लांब नाकवाल्याचं डोकं ठेचलेलं होतं. रक्ताने माखलेल्या चेहऱ्यावरचं टोकदार लांब नाक उघड्या

डोळ्यांसोबत भेसूर दिसत होतं. बाकी गुहेत कुणीच नव्हतं. गुहेच्या तोंडाशी रक्ताने माखलेला एक अणकुचीदार दगड पडलेला होता. लांब नाकवाल्याला नेमकं कुणी मारलं, याचं उत्तर मिळालंच नाही. पण गुहेच्या तोंडाशी सापडलेला, रक्ताने माखलेला दगड आदिमानवांनी जमिनीत रोवला. पुढे चालून शिकार करून आणलेल्या प्राण्याचं थोडंसं रक्त त्या रोवलेल्या दगडाला वाहण्याचा रिवाज सुरू झाला.

वर्तमानकाळातल्या ड्रायव्हरने उगवत्या सूर्याला केलेल्या नमस्काराचं मूळ शोधण्यासाठी आपण भूतकालीन गुहेत गेलो. रात्रीच्या अंधारात एकमेकांसाठी अदृश्य झालेल्या आदिमानवांची घटना रचली. आता लांब नाकवाल्याच्या भूतकालीन घटनेतून वर्तमानकालीन घटनेकडे उलट यायचं ठरवलं तर ? खरंतर असा उलटा विचार करणं बरोबर नाही, अश्मयुगातल्या गुहेत घडलेल्या घटनेची तुलना वर्तमानकाळातील घटनेशी करणं योग्य नाही. लांब नाकवाल्याचा विचार पटला नाही, म्हणून त्याला आदिमानवांनी मारून टाकलं असं समजूया. कारण तेव्हा चर्चा करायला भाषा नव्हती. लांब नाकवाल्याचा खुनी सापडला नाही. कारण तेव्हा प्रशासन नव्हतं. तपास यंत्रणाही नव्हती. आता आपल्याजवळ सर्व काही आहे. सक्रिय सरकार आहे. गतिशील प्रशासन आहे. समर्थ तपास यंत्रणाही आहे. त्यामुळे सगळं काही छान चाललंय. आता समाज म्हटल्यावर चार-दोन घटना घडणारच....

ता.क.: वरील मजकूर वाचून कुणाच्या खोडकर डोक्यात दाभोळकर, पानसरे, कलबुर्गी अशी नावं येत असतील तर तो त्या लोकांचा दोष आहे. सदरील लेखकाचा प्रामाणिक हेतू अश्मयुगातील गोष्ट सांगणं, एवढा आणि एवढाच आहे.

■■

रे पावसा...

एक प्रतिभावंत चित्रकार होता. चांगलं नाव होतं, कमाई होती. तरल मन. पडलं प्रेमात. काही अडचणी आल्या. झगमगाटी आयुष्याचा वैताग आला. दूर कुठंतरी शांत जागी जाऊन प्रेयसीसोबत राहायचं, असं चित्रकाराने ठरवलं. ठरल्याप्रमाणे रात्री एका रेल्वेत चित्रकार बसला. सकाळी एका स्टेशनवर गाडी थांबली. चित्रकार उतरला. प्रेयसी मागून येणार होती म्हणून प्रेयसीला निरोप धाडला. प्रेयसीची वाट पाहत बसून राहिला. रात्रीच्या गाडीने प्रेयसी येणार होती. गाडी स्टेशनात आली. लोक उतरले, काही चढले. प्रेयसी काही आली नाही. दिवस उलटले. महिने सरले. प्रेयसी आली नाही. चित्रकार वाट पाहतच राहिला. ती ज्या रात्रीच्या गाडीने येणार होती, त्या गाडीची रोज वाट पाहूनच तो जेवण करायचा. वर्षं उलटली. प्रेयसी आलीच नाही. वाट पाहणं हा त्या चित्रकाराचा श्वासोच्छ्वासाएवढा सवयीचा भाग झाला. ठरलेली गाडीने रोज येत गेली. स्टेशनवर थांबत गेली. प्रवासी चढत-उतरत गेले. पण प्रेयसी काही उतरली नाही. चित्रकारानेही वाट पाहणं सोडलं नाही. मरेपर्यंत त्या रात्रीच्या गाडीची वाट पाहत राहिला. प्रेयसी आलीच नाही..

थोड्याफार फरकाने चाळीसगावच्या केकी मूस या चित्रकाराची ही गोष्ट आजही रंगवून सांगितली जाते. चित्रकाराच्याच नव्हे, तर कुणाच्याच वाट्याला असं जीवघेणं वाट पाहणं येऊ नये. ही गोष्ट ऐकल्यावर प्रत्येकजण जिवाच्या आकांताने प्रेयसीची वाट पाहणाऱ्या चित्रकारासाठी हळहळतो. त्याच्या पारड्यात आपली सहानुभूती सहज टाकून देतो. न आलेल्या प्रेयसीला खलनायिकेच्या भूमिकेत अलगद लोटून देतो. त्या प्रेयसीच्या न पोचू शकण्यामागे काही अडचणी असू शकतात. त्या प्रेयसीला विरोध झाला असेल. कदाचित कोणी डांबून ठेवलं असेल किंवा प्रवासात त्या प्रेयसीवर एखादा जीवघेणा प्रसंग ओढवला असेल. किंवा चुकून वेगळ्याच स्टेशनवर उतरली असेल. काही बरं-वाईट झालं असेल. अशा

अनेक शक्यता असू शकतात. मरेपर्यंत प्रेयसीची वाट पाहणाऱ्या चित्रकाराला दाद द्यायलाच हवी. पण एखादवेळी न पोचू शकलेल्या प्रेयसीचीही बाजू समजून घ्यायला नको का ?

एकांगी विचार करण्याचा अजून एक प्रकार. ओंकारेश्वराच्या घाटावर नदीचा पार नाला झालाय. त्या ड्रेनेजच्या पाण्यात पिंड विसर्जित करणं म्हणजे पितरांना नरकात लोटल्यासारखं वाटतं. पण घाटावर आत्म्याची आळवणी अव्याहत सुरूच आहे. पिंड, कावळा आणि आत्मा असं सगळंच काखोटीला मारलेल्या काही माणसांचं सोडा. बाकी बरीच श्रद्धाळू माणसं असतात. ही माणसं पितराच्या आत्म्याला शांती लाभावी म्हणून घाटावर किती भावुक झालेली असतात. डबडबल्या डोळ्यांनी कबुल्या देतात. वचनं देतात. जबाबदाऱ्या घेतात. स्वगतासारखा संवाद सुरू असतो. पिंडाला शिवणाऱ्या कावळ्याची वाट पाहण्याचं दृश्य मन हेलावणारं असतं.

झाडावर उच्छाद मांडणारे कावळे पिंडाला शिवत नाहीत तेव्हा आत्म्याला कटघऱ्यात उभं केलं जातं. अतृप्त आत्म्याची विनवणी केली जाते. इथल्या मातीवर उभे असले तरी हे लोक त्या क्षणी अलौकिक जगात असतात. ते कावळ्यांचा लौकिक विचार करत नाहीत. लौकिक जगातले कावळे रोज रोज पिंडाचा तोच तोच भात खाऊन कंटाळले असतील किंवा खाऊन खाऊन कावळ्यांना अजीर्ण झालं असेल. काही कावळ्यांनी डाएटवर असल्यामुळे भात सोडला असेल. अनेक शक्यता असू शकतात. ही दुसरी बाजू कुणी विचारातच घेत नाही. कारण तो वाट पाहण्याचा भावुक क्षणच व्यापून असतो.

न पोचलेल्या प्रेयसीला कृतघ्न ठरवल्याप्रमाणे आपण पावसाला दूषणं देतो. त्याच्या अडचणी मात्र समजून घेत नाही. कुठल्याही परिस्थितीत पिंडाला शिवायला आम्हाला कावळा हवा असतो. कावळ्याची आर्ततेने वाट पाहण्याची भावुक अवस्था आणि पावसाची वाट पाहण्याची अवस्था यात खूप साम्य दिसतं. माणसाने स्वतःला केंद्रस्थानी ठेवूनच भाषेची, संस्कृतीची रचना केली. पण परिस्थितीची किंवा निसर्गाची पूरक रचना करणं शक्य नाही. मग 'मान्सून वेळेत येणार'पासून ते 'मान्सून लांबला'च्या मधे प्रचंड ओरड सुरू होते. आला, थांबला, ओसरला अशी परिस्थिती थिरकत असते. पिंडाचं जाऊ द्या, पण आपणही पावसाच्या स्पर्शाकरिता अधीर झालेले असतो. दरवर्षी नव्या पावसाचा देहाला स्पर्श झाल्याशिवाय मुक्ती नाही. अलौकिक आत्म्याशी संवाद साधणाऱ्या श्रद्धाळू माणसासारखी भावुक अवस्था होते

आपली. सारं अस्तित्व पणाला लागतं. विनवण्या–प्रार्थना करतो आपण. नवस बोलतो. धावा करतो. पावसाला हाका मारतो.

नारायणा, येऊ दे रे
आमुची करुणा
पाणी पाड रे

नवसे–सायासे लेकुरे होत नाहीत हे माहीत असतं तसं नवसाने, प्रार्थनेने पाऊस येत नाही हेही माहीत असू शकतं. पण मनाला गुंतवून ठेवावं लागतं. पाऊस पर्यावरणातील एक अनियंत्रित घटना आहे. हे कळूनही पावसासाठी दरवर्षी भावुक व्हायला होतंच. दैवाच्या कळसावर पाप–पुण्याच्या पताका फडकू लागतात. खेडूत माणूस सहज बोलून जातो, 'पाप लई झालं मर्दा, मंग पाऊस येईलच कसा ?' जिथं कुठलीच कमांड देता येत नाही; कुठलीच कळ दाबता येत नाही, कुणाला आदेश देऊन उपयोग नाही, तिथं हा 'नारायण' येऊन ठाण मांडतो. बिचारा 'नारायण' तरी काय करणार ? एक वेळ बसल्याजागी वाट पाहणं तरी सोपं आहे. वेळेत पोहचणं त्याहूनही महाकठीण आहे. पोहचणाऱ्याला येईल त्या संकटाला तोंड देत धडपडून यावं लागतं. आपण पावसाच्या नावाने बोटं मोडतो तेव्हा पाऊस तिकडे अल निनोच्या क्रूर कोठडीत बंद असतो. बाहेर पडण्यासाठी रक्तबंबाळ होऊन दरवाजाला आतून धडका देत असतो. त्यालाही इकडे येण्याची प्रचंड ओढ असते. जास्त दाबाचा पट्टा आणि कमी दाबाचा पट्टा हे तर पावसाचं भागधेय झालंय. मान्य आहे, दुष्काळ ठाण मांडून बसलाय. शेतकऱ्यांच्या आत्महत्या वाढल्यात. प्यायलाही पाणी नाही. हंडाभर पाण्यासाठी पायपीट करताना बायका उन्हात करपतायत. ढोरांना चारा नाही. टँकरचा आवाज आता शत्रूच्या बॉम्बवर्षाव करणाऱ्या विमानासारखा वाटतोय. शहरी माणसांनाही दुष्काळाची जाणीव झालीय. भोवताल तर करपूनच गेलाय. मनंही कोरडी झालीयत. आरती प्रभूंचा धावा पुढ्यात आहे.

ये रे घना, ये रे ऽऽऽ घना
न्हाऊ घाल माझ्या मना

हे सगळं खरं असलं तरी पावसाची बाजूही समजून घ्यायला हवी. या दुष्काळी प्रदेशातील कवीचे शब्द पावसावर प्रसन्न कविता लिहिण्यासाठी तरसतायत. कुणी हौस म्हणून हातात काळा झेंडा घेऊन उभा नसतो. परिस्थितीत बुचकळलेले शब्द नकारात्मक होत जातात.

पाऊस लहरी आहे, पण बेजबाबदार नाही आणि हो, त्यानेच हे सारं निर्माण केलंय, मग त्याला काळजी तर असेलच ना. पर्जन्यसूक्त आहे म्हणून बाकी सगळी सूक्तं निर्माण झाली. हे अरण्य, रान, शिवार, डोंगर, दरी, समुद्र, नदी, झाड, फूल, फळ, जनन-प्रजनन, पानापानांतलं हरितद्रव्य, कणाकणातली आर्द्रता, ग्रंथीचं स्रवणं, शुक्राणूचं तरंगणं सारं सारं पावसा तुझ्यामुळेच आहे. अखिल जीवजातीचा मैतर आहेस तू.

काळाच्या अंगणात
अमावास्येचा अंधार नव्हता उमगलेला
वर्ष, महिने, वार अशा चौकटीही
नव्हत्या आखलेल्या
त्याच्या कितीतरी आधीपासून
तू येतोस,
तू वाहून आणलीस दिनदर्शिका
जी फडकते आमच्या भिंतीवर,
तुझ्यामुळेच संस्कृती उगवून आलीय
या मातीवर,
झाडांना पानातून थरथरणं
नद्यांना नागमोडी चालणं
तू शिकवलंस,
तुझ्या भरोशावरच
आम्हाला लागते तहान,
मातीत दबा धरून बसलेल्या
बियांची तपश्चर्या येते फळाला,
पक्ष्यांना घरटं
आणि कवींना गाणं
तू समजावून सांगितलंस..

पावसाचं हे आदिम अस्तित्व चराचरांत भिनलंय. 'सी' व्हिटॅमिन म्हणजे काय, हे माहीतही नसतं तेव्हा खाल्लेल्या चिंचांची निरपेक्ष चव अद्‌भुत असते. मागचा-

पुढचा कुठलाही विचार न करता चिंऽऽब झालेला क्षण अलवार असतो. सर्दी होईल, ताप येईल म्हणून खिडकीतून पाऊस पाहणाऱ्यांच्या पिंडाला पाऊस शिवत नाही. बोरकर, ग्रेस, शांताबाई, पाडगांवकर, महानोर आदींच्या पावसाळी कविता खिशात ठेवून भटकण्याचंही एक वय असतं. पावसाच्या नावाने शाळेला बुट्टी मारता येते तशी पावसाच्या निमित्ताने छत्रीतली जागा अधिक मोठीही होऊ शकते. पत्र्यांच्या माडीत पावसाची झड लागल्यावर झोपून राहण्यातली चैन ज्याने केलीय त्यालाच माहीत. आपण गोधडी पांघरून गुडूपचूप असताना पत्र्यावर पावसाचा ताशा वाजत असतो. बऱ्याचदा सकाळी जाग आली तरी ताशा सुरूच असतो. फक्त कधी ताशाची तडम्तडम् वाढते, तर कधी मंद होते. पाऊस म्हणजे कांदाभजी खाण्याची मौज... इथेच अडकलेल्या अनुभूतीने कालिदासाकडे एकदा बघावं. दूरदेशीच्या प्रेयसीला निरोप देण्यासाठी कालिदासानं मेघांना कामाला लावलं. पाऊस पिऊन तर्रर झालेला कवीच एवढी अफाट तरलता बाळगू शकतो. एरवी दुप्पट पैसे देऊनही आपलं पत्र कुरिअरवाला वेळेत पोहचवत नाही. पाऊस म्हटल्याबरोबर दोन त्रासदायक अनुभव अपरिहार्यपणे समोर येतात. प्रेयसी आणि दुष्काळ. एक त्रास हवाहवासा आहे, तर दुसरा अनुभव जीवघेणा आहे. निरागस लेकरासारखा पाऊस दुडदुडत येतो. आज एवढ्या प्रगत तंत्राच्या काळातही नाटकातील साधं दृश्य बदलायचं असलं तरी अंधार करून खाटखूट करावी लागते. इथं तर साऱ्या सृष्टीचंच रुपडं बदलायचंय. थोडंफार मागं-पुढं होणारच. डोळ्यांत प्राण आणून पावसाची वाट पाहणाऱ्यांचे चेहरे आपण नेहमी पाहत असतो. पण इकडे येण्यासाठी जिवाच्या आकांताने तडफडणाऱ्या पावसाची ओढ कधी चर्चेचा विषय होत नाही. किती वर्षांपासून पाऊस येतोय. आला नाही की ओरडा होतो. मनमुराद पाऊस आल्यावर आपण भानावर नसतो. एवढ्या दूरवरून संकटांना बाजूला सारीत लेकरू ओढीने येतं. लेकराला डोकं पुसायला साधा कोणी टॉवेल देत नाही. चहा-पाणी विचारण्याचं तर सोडाच!

पावसावर लिहिलेल्या माझ्या सगळ्या कविता पुढ्यात घेऊन बसलो. अपराधी वाटलं. सगळ्या कविता नकारात्मक होत्या. सृष्टीचं रंध्र रंध्र तपासा किंवा संस्कृतीचा पाया खोदून बघा, पाणीच दिसेल. तरीही पावसाचं चित्रण नकारात्मकच. कारण अनुभवच तसा होता. वॉश बेसिनला पाणी नाही म्हणून अस्वस्थ होणारे पाहताना पंचवीस दिवस नळाला पाणी न येताही जगणारे लोक डोळ्यांसमोर येतात. अपराधीपण

अधिक गडद होतं. दुष्काळ आहे. आधीही होता. कदाचित पुढेही असेल, पण प्रत्येक वेळी या कोरड्या दुष्काळाचा गळा धरण्याची खरी हिंमत पावसातच आहे. त्याला शिव्या द्या किंवा त्याच्यावर ओव्या रचा; शेवटी तोच देऊ शकतो हिरवा रंग या करपलेल्या मातीला. हे सारं मनोमन पटलं म्हणून सगळी नकारात्मकता झटकून वाजवली पावसाच्या गाभाऱ्यातली घंटा..

पाऊस पडावा
कोंब कोंब व्हावा
मातीतून गाणं
उगवावं

इथे पुन्हा निखळ पावसाची कविता उमटलीच नाही. 'कोंब कोंब व्हावा' या मागणीमध्ये दुष्काळाची अदृश्य दहशत आहेच. नुसते हिरवे गालीचे अंथरून जमणार नाही; पडणाऱ्या पाऊस थेंबाचं धान झालं पाहिजे. कारण नंगी तलवार हातात घेऊन वस्त्यावस्त्यांतून भूक फिरत असते. मानवाची जातच नष्ट करण्याची क्षमता भुकेत आहे. नदी मनसोक्त वाहत नाही. तलावाची आटून मैदानं झाली. धरणांच्या टाक्या झाल्या. म्हणजे फुटक्या रांजणासारखं नशीब. वीतभर फणा काढून तहान छाताडावर बसलेली. अशा वेळी पावसाला मायबापा, दयाघना, वरुणराजा, घननिळा अशा हाका मारण्याशिवाय काही पर्याय नाही. आम्ही पावसाला 'मायबापा' म्हणतो म्हणून आमची संस्कृती मोठी, अशी पाठ थोपटून घेण्याची गरज नाही. रंगमंचावरचा नट प्रेक्षकांना 'मायबाप' म्हणतो तेव्हा नटाचं औदार्य चर्चेला येतं. पण प्रेक्षक हे खरोखरच सर्वार्थाने मायबाप असतात. प्रेक्षकांशिवाय नटाच्या अस्तित्वाला अर्थच नाही. असंच पावसाशी जोडलेलं आपलं अस्तित्व आपल्या पूर्वजांनी समजून घेतलं म्हणून पाऊस देव झाला. मायबाप झाला. आपलं अस्तित्व हादरतं, पणाला लागतं, तिथे भक्तिभाव निर्माण होतो. पायीची वहाण, पायी बरी म्हणून लाथाडलेली चप्पल पूजनीय होते. आपल्याला उजळून टाकणाऱ्या अस्तित्वाने स्पर्श केलेली वस्तूही 'विशेष' होते. अध्यात्मात आणि प्रेमात असा उत्कट भाव पाहायला मिळतो. मग प्रेयसीने मंदिरात काढून ठेवलेल्या चप्पललाच फूल वाहिलं जातं. ते एक भारलेपण असतं. उगीच कुणी कुणाचा पूजक होत नाही. त्या अस्तित्वाचा लख्ख साक्षात्कार होतो तेव्हा नाती जोडली जातात. असे पावसाचे साक्षात्कार होत गेले. प्रचीती येत गेली आणि पाऊस एक अपरिहार्य कुलदैवत होऊन बसला. पर्जन्यसूक्त जन्माला आलं. लोकसंस्कृतीत पाऊसगाण्यांची तोरणं लोंबू

लागली. पावसावर कविता लिहिल्याशिवाय कवींना कविपणाचा परवानाच मिळेना. खरं म्हणजे पावसात भिजला नाही तो माणूस नाही आणि पावसावर कविता लिहिली नाही तो कवीच नाही.

पावसाची वाट पाहणाऱ्या लोकांची करुण कहाणी 'चिमणी-कावळ्या'च्या गोष्टीपेक्षाही प्राचीन झालेय. आदिम काळापासून धापा टाकत येऊन पोहचणाऱ्या पावसाची कैफियत जाणून घ्यायची वेळ आलेय. त्यात आपण चालवलेली पर्यावरणाची नासाडीही उजागर करावी लागेल. पाऊस जीवघेणी वाट पाहायला लावतो हे खरं आहे. पण त्यानेच निर्माण केलेलं तोच नष्ट करणार नाही. कधी कधी रुसतो. अचानक बेपत्ता होतो. जीवजातींचे मरणासन्न हाल होतात. जिथे प्रेम आहे तिथं रुसवा येतोच. रुसायला आता आपल्याला जागाच शिल्लक राहिल्या नाहीत. एरवी रुसायला प्रत्येकालाच आवडू शकतं.

आमच्या गावातला एक तापट पोरगा बापाशी भांडला. रुसून कुठेतरी निघून गेला. सगळ्यांना वाटलं, डोक्यातला राग शांत झाल्यावर येईल परत. पण पोरगं आलं नाही. वर्षं लोटली. मधेच कुणाला हॉटेलात काम करताना शहरात भेटलं. नंतर कुठल्याशा तीर्थक्षेत्री दिसलं. घरच्यांनी शोधाशोध केली. शेवटी तेरा-चौदा वर्षांनी पोरगं स्वत:हून परत आलं. तापटपणा शांत झाला होता. डोईच्या जटा, दाढी वाढली होती. पक्का साधू-संन्यासी दिसू लागला. घरच्यांना आनंद झाला. न्हाव्याला बोलावून त्याच्या जटा साग्रसंगीत कापण्यात आल्या. पोरगं शेतात रमलं. काही दिवसांनी चांगलं स्थळ बघून त्याचं लग्न लावून देण्यात आलं. पुढे तो चांगला संसारी झाला.

तीन वर्षांपासून आपल्याकडेही पाऊस रुसून गायब झालाय. रुसण्याची कारणं काहीही असोत; या मोसमात रुसलेला पाऊस परतणार आहे. कुठल्या दुर्गम प्रवासातून त्याचे अधीर निरोप येतायत. पाऊस आल्याबरोबर त्याच्यावर विरोधी पक्षासारखे आरोप करत सुटायचं नाही. आणि सत्ताधारी पक्ष होऊन पावसाचं श्रेय लाटण्याचा प्रयत्नही करायचा नाही. परतलेल्या पावसाच्या वाढलेल्या जटा कापू, सुगंधी तेल लावून न्हाऊ घालू. कितीही मन बेभान झालं तरी या वेळी आठवणीने डोकं पुसायला त्याला टॉवेल देऊ. गरमागरम वाफाळलेला चहाचा कप पुढे करू. याचं असं झालं आणि त्याचं तसं झालं असं म्हणून भूतकाळ कुणी उगाळायचा नाही. झालं ते झालं. त्याच्यामुळे पुन्हा एकदा सृष्टीचे विभ्रम फुलतील. तृषार्त मातीच्या

डोळ्यांत तहान भागल्यावरचं समाधान दिसेल. जादूई मातीत नव्याने काही उगवून येईल. कृपया कुठलंही प्रलोभन त्याला दाखवू नका. कुठल्याच प्रलोभनाच्या मखमली जोड्यात त्याचा भक्कम पाय मावणारच नाही.

मैतरा, तुझा रियाज संपला असेल तर तुझा तो जीवदायी दीर्घ आलाप घे. एका आरोह–अवरोहातच आमची मैफल जिवंत होईल.

■■

पाठलाग आणि प्राप्ती

पुढ्यात कोरा कागद. पांढराशुभ्र. साधी कुठे मुडपल्याचीही खूण नाही. हातात अधीर झालेलं पेन. डोक्यात सैरभैर संदर्भ. तुडुंब भरलेल्या विहिरीच्या काठावर आपण उभे आहोत असं वाटतंय. कुठल्याही क्षणी देहाचा बाण या पाण्यात खुपसला जाईल. पाण्याचा पृष्ठभाग विस्कटेल. उडी मारणारा ऐपतीप्रमाणे तळाच्या दिशेने जाईल. पाण्यावर बुडबुडे उठतील. फुप्फुसात रोखून धरलेल्या श्वासावर नियंत्रण आहे तोपर्यंतच निथळत्या देहाने पाण्याला दुभंगून तो वर येईल. तेव्हा त्याच्या मुठीत विहिरीच्या तळाचा गाळ असेल की नाही माहीत नाही. पण तळाच्या दिशेने जाण्याच्या प्रयत्नाचं समाधान चेहऱ्यावर असेल.

आता या पांढऱ्याशुभ्र ध्यानस्थ कागदावर एक साधी रेष मारून मी दुभंगू शकतो त्याची घनघोर शांतता. पांढऱ्या पटलावर फक्त एक काळ्या रंगाचा शब्द ठेवला तर विस्कटून जाईल पांढरं अवकाश. नंतर तर काळ्या मुंग्यांसारखे तरातरा पळतील शब्द कागदावर. शब्दांच्या थारोळ्यात कागद नीट दिसणारही नाही. पांढराशुभ्र प्रदेश ताब्यात घेतील वळवळणारे शब्द. या लौकिक जगात प्रत्येकाला नाव असतं. नसलं तर द्यावं लागतं. म्हणून या काठोकाठ भरलेल्या शब्दांच्या माथ्यावर एक शीर्षकाचं झुंबर टांगलं जाईल. पायथ्याशी पांढऱ्या पटलात बुडी मारणाऱ्याचं... म्हणजे लेखकाचं नाव चिकटवलं जाईल. असा सज्ज होईल शब्दांचा खेळ. आता तो शब्दांची मांडामांड करणारा आहे ना, त्याला तिथून उठवलं जाणार, किंवा तो स्वत:च बाजूला होईल. कारण हे मांडलेले शब्द वेचणारे आता येतील. मन:पूर्वक शब्द वेचणारे हे लोक मनाशी मांडतील प्राप्तीचा हिशेब. म्हणजे हे सारं वाचून आपल्याला काय मिळालं ? बऱ्या–वाईट प्रतिक्रिया उमटतील. हाच खेळ सुरू आहे पुन्हा पुन्हा.

स्वत:ची आदळआपट आणि शब्दांची मांडामांड करणारा लेखक लिहितो

म्हणजे काय करतो ? स्वत:ला खोदतो खोल खोल. पाठलाग करतो अव्यक्ताचा. एकेका अनुभवाला गाठतो खिंडीत. पकडू पाहतो शब्दांत. नदीत खेळताना चिंगळे मासे लक्ष वेधून घ्यायचे. नदीच्या प्रवाहापासून हे मासे गती शिकलेत, की या माशांपासून प्रवाह गतिमान झालाय, असा प्रश्न पडावा एवढं चैतन्य होतं ते. स्वाभाविकच या चिंगळ्या माशांच्या आकर्षणातून अनेक खटाटोपी सुरू व्हायच्या. सुरुवातीला पाण्यात बगळ्यासारखं शांत उभं राहून एकदमच चिंगळ्यांच्या घोळक्यावर झडप घालायची. प्रत्येक वेळी ओंजळ रिकामीच. या धिंगाण्यात कपडे ओले व्हायचे. मग चक्क अंगातला शर्ट काढून मासे पकडण्याचे अथक प्रयत्न सुरू व्हायचे. दोघांनी जाळ्यासारखा शर्ट धरून एकदम बंद करायचा. एखादा चिंगळा मासा सापडायचाही. पण त्याची वाळूवर ठेवल्यानंतरची जीवघेणी तडफड पुन्हा एकदा त्रासदायकच होती. पाठलाग थकवणारा असला तरी हवाहवासा होता. प्राप्तीचा विचार करतोयच कोण ? आपण जाळ्यात सापडलेल्या गमकाचं जुळवत बसतो यमक. पण तरीही प्रश्न उरतोच. पुन्हा पुन्हा पांढ्याशुभ्र कागदावर का पसरवतो शब्द ? का टाकून बसतो जाळं एखाद्या अनुभवाच्या प्रतीक्षेत ? का लिहितो लेखक, कवी ? इथे मात्र पु. शि. रेग्यांच्या शब्दांना मी पुढे करीन :

पक्षी गात नाही
आपल्या सीमांची कक्षा घोषित करतो,
सिंह डरकाळ्या फोडीत नाही
आपली हुकूमत कुठं कुठं आहे ते
बजावून सांगतो,
हत्ती झाडांना अंग घाशीत नाही
आपल्या प्रदेशाच्या खुणा ठरवून देतो...

लेखकाला, कवीलाही आपल्या आवाक्यातला प्रदेश उजागर करायचा असतो. शब्दांचे पूल बांधून पोहचायचं असतं अज्ञाताच्या प्रदेशात. घ्यायची असते मनाच्या खोलपर्यंत धाव. ही धाव थकवणारी असते. लुकलुकणारे दिवे दिसतात, पण गाव येतच नाही. शोध कशाचाही असो; धावणं सुरूच असतं. बऱ्याचदा धावपट्ट्या त्रासदायक ठरतात. अगदी परवाची ताजी घटना. मुलीच्या शाळेत 'स्पोर्ट्स डे' होता. मुद्दाम वेळ काढून जाणार होतोच. शिवाय ताकीदही दिली गेलेली. 'बाबा आला नाहीस तर बघ हं. आणि नुस्ता येऊन बसू नकोस. आमच्या 'ॲक्वा'

ग्रूपसाठी चिअरिंग करायची.' भल्या सकाळी साडेसातला निघून लगबगीने पालकांसाठीच्या कक्षात जाऊन बसलो. एकूण कार्यक्रम भव्यदिव्य होता. उत्तम नियोजन होतं. स्पर्धक मुलं-मुली जिद्दीने खेळत होते. बँड वाजत होता. झेंडे फडकत होते. आधीच्या फेऱ्यांतून निवडले गेलेले स्पर्धक असल्यामुळे खेळ रंगत गेले. काही हरत होते म्हणून काही जिंकत होते. जल्लोष वाढत होता. पालकांसाठी टाकलेल्या टेंटला झुगारून ऊन आत येऊ लागलं. चुळबुळ सुरू झाली. काहींनी जागा बदलल्या. काही हातातल्या मोबाइलमध्ये गर्क होते. समोरच्या गेमपेक्षा मोबाइल गेमला त्यांनी प्राध्यान्य दिलेलं होतं. काहींचा व्यवहारही सुरू होता, 'नहीं भाई, कल दस हजार भेज देना. बाकी मैं देख लुंगा.'

त्या गर्दीत एक जुना मित्र भेटला. त्याचीही मुलगी धावण्याच्या स्पर्धेत होती. सगळीच मुलं आपापल्या टेंटमधून आई-वडिलांना हात दाखवत होती. गणवेशात सारख्याच दिसणाऱ्या मुलांत आपापल्या पाल्याला दुरून शोधण्याचा प्रयत्न पालक करत होते. हिंदीतल्या विनोदी कविसंमेलनात बोलल्यासारखं बोलणारे निवेदक-शिक्षक हक्काने टाळ्या वसूल करत होते. कॉर्डलेस हाती घेऊन मैदानात फिरणारे निवेदक लीलया राष्ट्रभाषा शिंपडत होते. या धुवाधार हिंदी निवेदनापुढे इंग्रजी निवेदनाची गोगलगाय झालेली. आता प्रतीक्षा होती मुलींची स्पर्धा सुरू होण्याची. तेवढ्यात मित्राच्या मुलीचं नाव घोषित झालं. लांबवरून आम्ही पाहत होतो. मित्राची मुलगी इतर स्पर्धकांबरोबर ट्रॅकवर उभी. बँडच्या तालात झेंडे फडकतायत. निवेदकाचा जोश वाढलेला. मित्राच्या मुलीचा जिंकायचा निश्चय होता. मित्राबरोबरच माझीही धडधड वाढली. 'लेट सेट गो'चा खटका वाजला. मुली बेफाम पळत सुटल्या. मित्राची मुलगी सुरुवातीपासूनच पुढे होती. निर्विवादपणे ती प्रथम होती. स्पर्धेच्या जोशात आम्ही खुर्चीतून उठून उभे राहिलो होतो. तिच्या गटाची मुलं आत आली. जल्लोष केला. मित्राच्या आत दडलेल्या बापाचे डोळे भरून आले. त्याची मुलगी जिंकली होती. तिला एक चिंगळा मासा सापडला होता. तिच्या परीने तिने पांढऱ्याशुभ्र कागदावर रेष मारली होती. पण हा आनंद फार वेळ टिकला नाही. टप्प्याटप्प्याने पारितोषिक वितरण होतं. मैदानातच एक, दोन आणि तीन लिहिलेला ठोकळा ठेवला गेला. मित्र मोबाइलमधला कॅमेरा सरसावून उभा राहिला. मुलीच्या गळ्यात गोल्ड मेडल घालतानाचा क्षण त्याला टिपायचा होता. घोषणा झाली. तिसरं पारितोषिक... दुसरं पारितोषिक आणि प्रथम पारितोषिक. कॅमेरा सरसावलेला. धडपड. चिंगळा मासा सापडल्याचा

विजयी क्षण. पण दुसरंच नाव उच्चारलं गेलं. पेनसारखी अधीर मुलगी जागीच रडायला लागली. आठ वर्षांचं वय. खरंतर बेफाम पळण्याचा आनंद घेऊ पाहणाऱ्या या पोरीला आम्ही स्पर्धेत उतरवलंय. तिला हरण्याचा आनंद घेऊच दिला नाही. फक्त जिंकायला सांगितलं. खरंतर ती जिंकलीही होतीच. त्यामुळे प्राप्त निकाल स्वीकारणं आम्हालाही अवघड होतं. मुलीला समजावलं, पण तिचं रडणं थांबेना. शेवटी आम्ही तिच्या सरांना भेटलो. संबंधित पंचांना भेटलो. त्यांनी मार्कशीटच दाखवली. मित्राची मुलगी पहिलीच होती, पण तिचा पाय ट्रॅकबाहेर गेल्यामुळे ती बाद झाली होती. मनात विचार आला. असंच होतं की पांढऱ्याशुभ्र कागदावर शब्दांची मांडामांड करणाऱ्यांचं. हात उंचावून विजयी मुद्रेने 'यमक्या' जेव्हा फिरत असतो तेव्हा 'गमक्या'चा पाय ट्रॅकबाहेर गेलेला असतो. यमक जिंकतं, गमक हरतं. अशा वेळी शब्द वेचणारे मायाळू लोक म्हणतात, 'पांढऱ्याशुभ्र कागदावर शब्दांची मांडामांड करणाऱ्यांनो, काढा दंडबैठका. लावा पुन्हा एकदा जोर. लावा कौल शब्दांना. अर्थाच्या घसरड्या अंगणात घट्ट असू द्या पाय तुमच्या शब्दांचे. उठा, पुन्हा पाठलाग करा.' शब्दांची मांडामांड करणारा उठतो आणि नव्या उमेदीने पुन्हा मारतो उडी पांढऱ्याशुभ्र कागदाच्या तळाशी. बुडबुड बुडबुड.

कितीतरी वेशांत, रूपांत भेटतात शब्द. सोन्याच्या रत्नजडित पेनमधून उमटली म्हणून ती सुवर्णाक्षरं नसतात. उलट, दगडी खांबाला टेकून उच्चारलेले शब्द, नाका तोंडात पाणी जाईपर्यंत पाण्यात बुडवलेले शब्द अक्षय असतात.

ओवीमध्येही शब्द असतात. शिवीमध्येही शब्द असतात. बिचारे वापरले जातात हवे तसे. मुख्य बसस्थानकातून बस सुटली आणि सिडकोच्या स्थानकात येऊन थांबली. एक तरुण मुलगा बसमध्ये चढला. ड्रायव्हरच्या सीटला पाठमोरं उभं राहून त्याने बसच्या टपाला वाजवलं 'भाईयो और बहनो... बंधू आणि भगिनींनो, इकडे लक्ष द्या. हिंदूला राम राम. मुस्लीम को सलाम. नमस्कार, जय भीम, सत् श्री अकाल... मोबाइल थोडा वेळ बाजूला ठेवाल ? झोपले असाल तर जागे व्हा. जागे असाल तर स्वप्न पाहा. स्वप्न उतरणार आहे सत्यात. चार बाण एका भात्यात. केस असणाऱ्यांनी स्वत:साठी घ्या. केस नसणाऱ्यांनी सप्रेम भेट द्या. वीस रुपयांत चार कंगवे. कंपनीच्या प्रचारासाठी. भांगाबरोबर खरारा... बाजीरावचा दरारा...' असं काय काय अफलातून बोलत होता. अप्रतिम शब्दफेक. चेहऱ्यावर

प्रसन्न भाव. तिघा-चौघांनी कंगवे घेतलेही. कंडक्टर आला. त्याला खाली उतरवलं. हाच मुलगा पुन्हा दोनदा भेटला. एकदा कानटोप्या विकत होता. त्याच्याशी थोडं बोलणं झालं. राज्यशास्त्रात एम.ए. झालेला. शिवाय नाट्यशास्त्राचा डिप्लोमा केलेला. नोकरी नाही. दुष्काळी गावातून आलेला होता. नाही मिळाला त्याच्या स्वगताला प्रकाशमान होणारा रंगमंच; म्हणून काही त्याचे शब्द थांबले नाहीत. त्याने पाठलाग थांबवला नाही. 'जगावं की मरावं ?' असा संदेह नाही. जगायचंय. पुन्हा पुन्हा उधळायचेत शब्द. पाठलाग करायचाय चिंगळ्या माशांचा.

ऐल राहू
पैल जाऊ
पात्र सारे कोरडे

झाड लावू
झाड राखू
सावलीला का तडे

शब्द देऊ
शब्द घेऊ
अर्थ कोठे सापडे

भाईयो और बहनो... बंधू आणि भगिनींनो, आता इथेही बस सुटायची वेळ झालीय. कंडक्टर घंटी वाजवेल. मला उतरवून देण्याआधीच मी निमूट उतरून जाईन. पण सांगायला विसरू नका कंगव्याचा रिझल्ट. भांगाबरोबर खरारा.... बाजीरावचा दरारा. कुठलीही वस्तू निरुपयोगी नसते. या कंगव्याने चांगला भांग नाहीच निघाला, तर पाठ खाजवा. नाराज होऊ नका. माल कंपनीचा आहे. फक्त शब्द आपले आहेत. चिंगळा मासा जाळ्यात सापडण्यापेक्षाही त्याचा पाठलाग करण्यात अधिक मौज आहे. जमली तर मैफल, नाही तर रियाज. रियाजच मनस्वी असतो. मैफलीवर अंकुश असतो ऐकणाऱ्या लोकांचा. नाकात वारं शिरल्यासारखं पळणं खरं असतं. पिसाळलेला कुत्रा होऊन स्पर्धा मागे लागते तेव्हा पळण्याचा आनंद मिळत नाही. नुस्ती दमछाक होते. म्हणून मला ट्रॅकमध्ये पळून मेडलसाठी जिंकायचं नाही. ट्रॅक सोडून पुन्हा पाठलाग कराचाय चिंगळ्या माशांचा. प्राप्तीचं बघू पुढच्या योजनेत. पुढचा खेळ पुढच्या गावात. नवा माल जुन्या भावात. भेटूया. ■■